சவுண்ட் சிட்டியும்
சைலண்ட் கோட்டும்

சவுண்ட் சிட்டியும் சைலண்ட் கோட்டும்

அ. உமர் பாருக்

எதிர் வெளியீடு

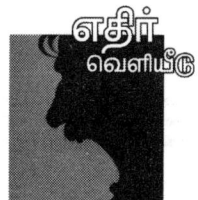

சவுண்ட் சிட்டியும் சைலண்ட் கோட்டும்
அ. உமர் பாரூக்

முதல் பதிப்பு: மார்ச் 2015
எதிர்வெளியீடு, 96, நியூ ஸ்கீம் ரோடு, பொள்ளாச்சி - 642 002.
தொலைபேசி: 04259 - 226012, 99425 11302.
வடிவமைப்பு: ரவிந்திரன்

விலை: ₹ 70

Sound Cityum Silent Kottum
A. Umar Farook

© A. Umar Farook
First Edition: March 2015

Published by Ethir Veliyedu, 96, New Scheme Road. Pollachi - 642 002.
Phone: 04259 - 226012, 99425 11302.
Email: ethirveliyedu@gmail.com
www.ethirveliyedu.in
Layout: Ravindran

Price: ₹ 70

All rights reserved. No part of this book may be reprinted or reproduced or utilised in any form or by any electronic, mechanical or other means, now known or hereafter invented, including photocoping and recording, or in any information storage or retrieval system, without permission in writing from the author.

இந்நூல்
அன்புத் தோழர்
சு. மல்லிகார்ச்சுனன்
அவர்களுக்கு.....

தேர்வு செய்க

விமர்சனக் கலப்பைகளால் பண் / புண்படுத்துபவர்கள் இந்நூலின் இலக்கிய வகைமையை முடிவு செய்து கொள்ளலாம்.

- ☐ பெரிய சிறுகதை
- ☐ சிறிய நாவல்
- ☐ நேர்காணலும், கட்டுரைகளும்
- ☐ கவிதைகள், கட்டுரைகள், சிறுகதைகள்

நினைவூட்டல்

இந்த நூலை விலை கொடுத்து வாங்கி வாசிக்கும் ஒவ்வொருவருக்கும் இந்த நூலின் எந்த ஒரு வரியையும், எந்த ஒரு பக்கத்தையும் அல்லது எல்லா பக்கங்களையும் ஏமான் தேச சுதந்திர சாசனத்தின் படி எரிக்கும் உரிமை உண்டு. இந்த உரிமை ஒருவேளை விற்பனையாளர்களால் மறுக்கப்பட்டால் ஏமான் தேசத்தின் சர்வதேச சர்வாதிகார நீதிமன்றத்தை அணுகியோ, நூலெரிப்புத் துறையின் சிறப்பு அனுமதி பெற்றோ எரித்துக் கொள்ளலாம். எரிப்பது நம் பிறப்புரிமை. நூலின் எந்தப் பக்கமும் ஃபயர் புரூஃப் செய்யப் படவில்லை.

சுலபமாக எரிப்பது எப்படி?

1. இந்தக் குறிப்புகள் முழு நூலையும் எரிப்பதற் கானவை.
2. முதலில் நூலின் மேற்புறத்தை அட்டைப் பகுதி தெரியுமாறு பிடித்துக்கொள்ள வேண்டும்.
3. முன் அட்டையின் கீழ்ப்பகுதியில் கொடுக்கப்பட்டுள்ள கறுப்புப் பட்டை கீழே இருப்பதை உறுதி செய்து கொள்ள வேண்டும்.
4. தீப்பெட்டி அல்லது லைட்டர் அல்லது நவீன கால கண்டுபிடிப்பான உரசினால் தீப்பற்றி எரியும் சிக்கி முக்கிக் கற்கள் இவற்றைப் பயன்படுத்தி, நெருப்பை கறுப்புப் பட்டையில் படுமாறு பார்த்துக்கொள்ள வேண்டும்.
5. நூலில் பயன்படுத்தப்பட்டுள்ள ரசாயனக் கலவை யால் எல்லாப் பக்கங்களும் எரிந்து முடிகிறபோது சாம்பல் கூட கிடைக்காது.

\# கனல் கக்கவும், தீப்பொறி பறக்கவும் பேசும் நபர்களின் வாய்களில் இருந்து நூலின் முன் அட்டைகளை பாது காக்கவும்.

பொறுப்பு துறப்பு எனும் அறிவிப்பு

இந்த கதையில் வரும் பாத்திரங்கள் பாத்திரங்கள் அல்ல. இவர்களை யாரும் பன்னாட்டுப் பாத்திரக் கடைகளில் தேட வேண்டாம் என்று அறிவுறுத்தப்படுகிறது.

இக்கதை எழுதுவதற்கும், தயாரிப்பதற்கும், வெளியிடுவதற்கும் எந்த ஒரு இயற்கையான பொருளும் பயன்படுத்தப்படவில்லை என்றும், முழுக்க முழுக்க மரபணு மாற்றம் செய்யப்பட்ட வெளிநாட்டுத் தொழில்நுட்பத்துடன் கூடிய ஏமான் தேசத்து ரசாயனப் பொருட்கள் மட்டுமே பயன்படுத்தப்பட்டுள்ளன என்றும் உறுதி அளிக்கிறோம்.

குரு

(குறிப்பு: தமிழில் எழுதுவதற்கு அரசு சிறப்பு அனுமதி வழங்கியிருந்தாலும் கூட பழக்க தோஷத்தில் குரு என்று எழுதி விட்டேன். ஏமான் தேசத்தில் ஆசிரியர் என்ற சொல் தடை செய்யப்பட்டிருக்கிறது. பள்ளி, கல்லூரி ஆசிரியர் மட்டுமின்றி பொதுவாக ஆசிரியர் என்ற சொல்லிற்குப் பதிலாக குரு என்றுதான் பயன்படுத்துவோம். இந்தத் தடை அமுலுக்கு வந்த போது ஆசான் என்று பெயர் வைத்திருந்த பலரின் பெயரும் அரசு பதிவுகளில் குரு என்று தானாக மாறிவிட்டது. கேரளாவை பூர்வீகமாகக் கொண்ட ஏமான் தேசத்து மக்களில் பலர் "ஆசானே" என்று அழைப்பதும் அப்போதே முடிவுக்கு வந்துவிட்டது.)

1
முகம் தெரியாத சிலை

ஏமான் தேசத்தின் நடுவீதியில் திடீரென்று முளைத்த சிலையில் இருந்துதான் துவங்கியது பிரச்சினை. இதுவரை இதுபோன்ற பிரச்சினையை ஏமான் தேசத்து மக்கள் சந்தித்ததே இல்லை. ஏமான் தேசம் என்ற எங்கள் நாடு உருவான போது ஏற்பட்ட குழப்பங்களை விட இந்த சிலையினால் வந்த குழப்பங்கள் அதிகம்.

அது என்ன சிலை என்று கேட்கிறீர்களா? அதுதான் பிரச்சினையே.

ஒருநாள் அதிகாலை 10 மணிக்கு ஒரு மனிதனின் சிலை ஏமான் தேசத்தின் மையத்தில் புதிதாக நின்றிருந்தது. அது நிற்க வைக்கப்பட்டிருந்தது என்று குறிப்பிடும் போது நிற்க வைத்தவர் யார், அவர் எங்கிருந்து வந்தார் என்று விஞ்ஞானிகள் கேள்விகள் எழுப்புவதால் நின்றிருந்தது என்று சொல்வது தான் சரியாக இருக்கும். ஏமான் தேசத்தின் உருவாக்க காலத்திற்கு முன்பு ஃபைவ் ஜி மிஸ்டர் டீ காலத்திற்கும் முன்பு இப்படிப்பட்ட சிலைகள் அதிகமாக இருந்ததாக வரலாற்று ஆய்வாளர்கள் குறிப்பிடுகின்றனர்.

ஏமான் தேசத்தில் நாங்கள் வைத்திருக்கிற தலைவர்களின் சிலைகள் வேறு மாதிரியாக இருக்கும். தலையில் தொப்பி வைத்துக்கொண்டு, கையில் ஒரு துப்பாக்கியைப் பிடித்திருக்கும் மிஸ்டர் ஸேவின் சிலைதான் எல்லா இடங்களிலும் இருக்கும்.

மிஸ்டர் ஸே என்றதும் சேகுவாரா என்று தவறாக நினைத்துக் கொள்ளாதீர்கள். அவரின் பெயரே மிஸ்டர் ஸேதான். எங்கள் நாட்டில் மிகப்பெரிய தலைவர்களை மிஸ்டர் என்றும், ஒற்றை எழுத்தையும் வைத்து அழைப்பது எங்கள் வழக்கம்.

மிஸ்டர் ஸேவின் சிலைகள் எல்லா நகரங்களிலும், எல்லா இடங்களிலும் நிறைந்திருக்கும். ஏமான் தேசத்தில் கொண்டாடப்படும் எல்லா விசேஷங்களிலும் மிஸ்டர் ஸேவின் சிலைக்கு மாலை அணிவிப்போம். யார் பிறந்த நாள் என்றாலும் மிஸ்டர் ஸேவின் சிலைக்கு மாலை மரியாதை செய்து விடுவோம்.

நான் மட்டும் இதுவரை நாற்பத்தி மூன்று முறை மிஸ்டர் ஸேவின் சிலைகளுக்கு மாலை அணிவித்திருக்கிறேன். உங்கள் பிறந்த நாளுக்கு எதற்கு மிஸ்டர் ஸேவிற்கு மாலை என்று கேட்கிறீர்களா? பிறப்பது மட்டுமல்ல; மானத்தோடு வாழவும் வேண்டுமல்லவா? அப்படி நாட்டின் மானம் காத்த மகத்தான தலைவர்தான் மிஸ்டர் ஸே. அவர் பிறக்காமல் இருந்தால் நம் பிறப்பும், மானமும் என்ன ஆகியிருக்கும்? மிஸ்டர் ஸே பற்றி இன்னொரு சந்தர்ப்பத்தில் விரிவாகப் பேசுவோம்.

ஒரு நிமிடம் வாசகரே...

என் தமிழ் எப்படி இருக்கிறது? ஏமான் தேசத்தில் தமிழ் எழுதத் தெரிந்த சில நபர்களில் நானும் ஒருவன். பழைய தமிழ் நூல்கள், ஆவணங்கள் ஏதாவது அரசாங்கத்திற்குக் கிடைத்தால் இரவோடு, இரவாக தமிழ் தெரிந்தவர்களில் ஓரிருவரை தூக்கிச் சென்று வாசிக்கச் சொல்வார்கள். அரசாங்கத்தால் கடத்தப்படும் அளவிற்கு அரசிடம் எனக்கு செல்வாக்கு இருந்ததால் தான் நூல் வெளியிடும் சிறப்பு அனுமதிகளைப் பெற முடிந்தது. இங்கு நான் அரசு, அரசு என்று சொல்வது அரசாங்கத்தை அல்ல. அவசரமாக எடுக்கப்படும் அரசாங்க முடிவுகளை மக்களிடம் செல்போன் வழியாகச் சொல்வதற்கு லைசன்ஸ் எடுத்திருக்கும் கொல்லையன்ஸ் கம்பெனியின் ஓனரிடம் வேலை செய்பவரின் பெயர்தான் அரசு. ரொம்ப நாள் கழித்து தமிழில் எழுதிய மகிழ்ச்சியில் குறுக்கே வந்து விட்டேன். இலக்கிய ஆய்வாளர்கள் கதாசிரியன் வாசகனின் வாசிப்புக்குக் குறுக்கே வரக்கூடாது என்றும், ஆசிரியனின் தலைமுடி கூட கதைகளின் வரிகளுக்கிடையில் வெளியே தெரியாத அளவிற்கு பதுங்கியிருக்க வேண்டும் என்றும் சொல்வார்கள். நானோ முழுத் தலையும் தெரியும்படி

வெளியே வந்துவிட்டேன்... சரி, சரி நீங்கள் வாசியுங்கள்.

மிஸ்டர் ஸேவின் சிறிய சிலைகளை ஒவ்வொரு வீட்டிலும் வைத்திருக்க வேண்டும். "வீடு தோறும் ஸே" திட்டத்தின் கீழ் எல்லா வீடுகளுக்கும் குட்டி சிலை வழங்கப்பட்டது. ஏமான் தேசத்து மக்கள் ஒருவருக்கொருவர் பரிசு கொடுக்க வேண்டும் என்றால் கூட இந்த குட்டி சிலைகளைத்தான் கொடுப்போம். ஒவ்வொரு குடிமகனும் எவ்வளவு சிலைகளை வாங்கி மற்றவருக்கு பரிசளிக்கிறார் என்பதைக் கணக்கெடுப்பது புள்ளியியல் துறையின் பணிகளில் ஒன்று. இந்தக் கணக்கின் அடிப்படையில் பல சலுகைகளும் கிடைக்கும்.

மிஸ்டர் ஸேவின் சிலைகள் இல்லாமல் எங்கள் நாட்டில் வேறு சில சிலைகளும் இருக்கின்றன. அவைகள் ஏமான் தேசத்தின் உருவாக்கத்திற்கு முன்பு உள்ள பழைய சிலைகள். ஏமான் தேசம் உருவான பிறகு மிஸ்டர் ஸேவின் சிலைகள் மட்டும்தான் இங்கு வைக்கப்படுகின்றன. மற்றவர்கள் சிலைகளுக்கு அனுமதி இல்லை. எதிர்காலத்தில் மிஸ்டர் டீ யின் சிலைகளுக்கு ஒருவேளை அனுமதி கிடைக்கலாம். பழைய சிலைகள் இன்று திடீரென்று முளைத்திருக்கும் சிலை போலத்தான் இருந்ததாம். முகம் தெரியும்படி அமைந்திருக்கும் பழைய கால சிலைகள் நவீனமயப்படுத்தப்பட்ட போது டிஜிட்டல் சிலைகளாக மாற்றப்பட்டு விட்டன.

டிஜிட்டல் சிலைகளில் மிக முக்கியமான பகுதி அதன் தலைதான். எல்லா சிலைகளுக்கும் பொதுவாக தொப்பி இருக்கும். தொப்பி என்றதும் அந்தக் காலத்து முஸ்லீம்கள் பயன்படுத்தும் தொப்பி என்று நினைத்து விடாதீர்கள். இது வெளிநாடுகளில் ஸ்டைலுக்காகப் பயன்படுத்தும் மாடர்ன் தொப்பி. இப்படித் தொப்பி வைத்து சிலைகளின் தலைகள் மூடப்பட்டிருக்கும். தலையில் தொப்பி வைத்திருப்பதால் முடி இருக்கிறதா? அது எப்படி அமைந்திருக்கிறது? என்ற கேள்விக்கெல்லாம் இடமில்லை. முடியுள்ள அல்லது இல்லாத சிலை என்று முடிவு செய்து கொள்ளும் உரிமையை நாங்கள் பார்வையாளர்களிடமே விட்டு விடுகிறோம்.

அது யாருடைய சிலை என்பதை தத்துவவாதிகள் தங்கள் விவாதங்களின் மூலம் தெரிந்து கொள்வார்கள். அதே போல கையில் வைத்திருக்கும் பொருளும் குழப்பமான கோட்டோவியமாக இருக்கும். உங்களுக்கு எந்தப் பொருள்

வேண்டுமோ அப்படி யூகித்துக் கொள்ளலாம்.

நீங்கள் தத்துவவாதிகளோ, அல்லது ஆராய்ச்சியாளர்களோ இல்லை என்றால் உங்களுக்கு இன்னொரு விதி விலக்கு தரப்படும். சிலையின் கீழ்ப்பகுதியில் வைக்கப்பட்டிருக்கும் டிஜிட்டல் திரையில் உங்கள் அடையாள எண்ணைப் பதிந்து சிலை யாருடையது என்று தெரிந்து கொள்ளலாம். ஒருவர் ஒரு சிலையின் பெயரை எத்தனை முறை வேண்டுமானாலும் பார்த்துக் கொள்ளலாம். ஆனால் நான் பார்க்கிற போது தெரிகிற பெயர் தான் நீங்கள் பார்க்கிற போதும் தெரியும் என்று எந்த உத்திரவாதமும் இல்லை. இந்த விஷயத்தில் ஏமான் தேசத்து மக்களுக்கு பூரண சுதந்திரம் வழங்கப்பட்டிருக்கிறது. சாசனச்சட்டத்தின் படி ஃபைவ் ஜி மிஸ்டர் டீ காலத்தில் வழங்கப்பட்ட அடிப்படை உரிமைகளில் ஒன்றுதான் — சிலைகளை அறிந்து கொள்ளும் உரிமை.

மிஸ்டர் டீ என்பதோடு சேர்த்து ஃபைவ் ஜீ என்று சொல்வதில் உங்களுக்குக் குழப்பம் வரலாம். மிஸ்டர் டீ என்பது பெயர். ஃபைவ் ஜி என்றால் த்ரீ ஜி போன்ற ஒரு அலைக்கற்றைப் பெயர் இல்லை. ஒரு மனிதரின் மரியாதை எந்த அளவிற்கு உயர்கிறதோ அதை வைத்து ஒன் ஜி, டூ ஜி என்று ஏமான் தேச அரசு விருது வழங்கும். அரசியல் தலைவர்கள் மற்றும் ஏமான் தேசத்தின் ஸ்தாபகத் தலைவர்கள் தான் ஃபைவ் ஜி விருது பெற்றவர்களாக இருப்பார்கள்.

ரகநூலில் எத்தனை லைக் வாங்குகிறார்கள் என்பதை வைத்துத்தான் அவருடைய மரியாதையை அரசு தீர்மானிக்கிறது.

2

ஜி விருதும் ரகநூல் லைக்குகளும்

முன்பெல்லாம் இந்த ஜி விருதை நேரடியாக அரசாங்கமே வழங்கி வந்தது. அப்புறம்தான் ஜி விருதுக்குழு ஒன்று நியமிக்கப்பட்டு, லைக்குகளை கணக்கெடுக்கிறது. அந்தக் குழுவின் தலைவரும் ஃபைவ் ஜி மிஸ்டர் டீ தான்.

எங்கள் நாட்டில் எந்தக் குழு அமைக்கப்பட்டாலும் தலைவர் என்று ஒரு பதவி வந்தால் அது ஃபைவ் ஜி மிஸ்டர் டீக்குத்தான். அதனால்தான் ஃபைவ் ஜி என்பதைத் தாண்டி, மிஸ்டர் டீயை எல்லாக்குழுக்களின் தலைவர் என்று செல்லமாக அழைப்போம். ஜி விருதுக்குழு அமைக்கப்பட்ட பிறகு லைக்குகளுக்கு பெரிய அளவில் மதிப்புக் கூடியது. முன்பெல்லாம் குறைந்த விலையில் விற்கப்பட்டுக் கொண்டிருந்த லைக்குகள் திடீரென விலை கூடின. பல அரசு ஹோட்டல்கள் உணவு சாப்பிட்டுவிட்டு பணம் தருவதற்குப் பதிலாக லைக் தந்தால் போதும் என்று அறிவித்தன. லைக்குகளுக்கு சாப்பாடு, உடை என்று தரும் பழக்கம் லைக்குகளுக்கு — பைக்குகள் தருகிற அளவிற்கு வளர்ந்தது.

அரசு பலசரக்குக் கடைகள், அரசுப் பேருந்துகள், அரசு ரயில்கள், அரசு விமானங்கள் என்று எதை எடுத்தாலும் லைக்குகளின் மதிப்பு கூடியது. ஏமான் தேசத்தின் அரசு ஷேர் மார்க்கெட்டே லைக்குகளால் கதிகலங்கி விட்டது. லைக்குகள்

உலகப் பொருளாதார மந்தத்தையும், பண வீக்கத்தையும் ஏற்படுத்தும் அளவிற்கு சிக்கலானதைத் தொடர்ந்து அமெரிக்கா தலையிட்டு, லைக்குகளைக் கட்டுப்படுத்தியது. அப்போது வந்தது தான் அரசு டிஸ்லைக் ஏஜென்ஸி.

பலசரக்குக் கடையில் இருந்து, விமானம் வரைக்கும் எல்லாப் பெயர்களிலும் அரசு என்று வருவதால் அது அரசாங்கத்துடையது என்று நினைத்து விடாதீர்கள். நான் ஏற்கனவே சொன்ன கொல்லையன்ஸ் கம்பெனி ஓனரிடம் வேலை செய்யும் அரசுவின் நிறுவனங்களும் இல்லை. ஏமான் தேசத்தின் துவக்க காலத்தில் போக்குவரத்து, பள்ளிக்கூடங்கள், தொழிற்சாலைகள் போன்ற பல நிறுவனங்களை அரசாங்கமே நடத்தி வந்தது. அப்புறம் அவற்றை ஒவ்வொன்றாக ஒவ்வொரு முதலாளிகளுக்கும் விற்று விட்டது.

தனியாருக்கு விற்கும் ஐடியா அமைச்சரவையில் தனியாகத் தூங்கிக் கொண்டிருந்த மிஸ்டர் டீக்கு திடீரென்று தோன்றியது. புராண காலத்தில் எல்லாம் அரசர்கள் போக்குவரத்துத் துறையை தாங்களே நடத்தவில்லை. தனித்தனி மந்திரிகளிடம் தானே கொடுத்தார்கள்? மந்திரிகள் எல்லாம் தனியார்தானே? தனியார் மந்திரிகள் தான் காலம் காலமாக நிறுவனங்களை வைத்திருந்தார்கள். இடையில் வந்த குழப்பத்தால்தான் அரசாங்கமே வைத்திருக்க வேண்டியதாகி விட்டது என்று மிஸ்டர் டீக்கு விளக்கினார்கள் வரலாற்று ஆய்வாளர்கள்.

அரசாங்கத்தில் ஒரே ஆளாக மிஸ்டர் டீ எவ்வளவைத்தான் பார்க்க முடியும். எனவே புராணச் சான்றுகளின் படி ஒவ்வொரு நிறுவனத்திற்கும் ஒரு அமைச்சர் என்ற அடிப்படையில் அமைச்சரவையை உருவாக்கினார். இந்த அமைச்சரவை உருவாக்கப்படுவதற்கு முன்பு மிஸ்டர் டீ மட்டும் தனியாக உட்கார்ந்திருப்பார். என்னதான் பெரிய பேச்சாளராக இருந்தாலும் அரசாங்கத்தில் தனியாக இருக்கும் போது அவரே பேசி, அவரே கேட்பது கஷ்டம் தானே. இப்போதுதான் அமைச்சரவை கலகலப்பாக இருக்கிறது.

வரலாற்றாளர்களின் யோசனை அடிப்படையில் தனியாருக்கு நிறுவனங்களை விற்கத் துவங்கிய போது "எல்லா நிறுவனங்களையும் அரசுதான் நடத்த வேண்டும்" என்று சிலர் எதிர்ப்பு தெரிவித்தார்கள். அரசாங்கம் என்பதே தனியார்தான் என்பதைப் பலவிதமாக விளக்க முயன்றும்

அவர்கள் ஏற்றுக் கொள்ளவில்லை. அப்போது மிஸ்டர் டீ அறிவித்ததுதான் "அரசு நிறுவனங்கள் கொள்கை".

எல்லா அரசாங்க நிறுவனங்களும் அரசு பெயரிலேயே இயங்கும். ஒவ்வொரு நிறுவனத்தின் தலைமை அலுவலகத்திலும் "கண்ட்ரோல்" என்னும் பலகை வைக்கப்பட்டிருக்கும். நிறுவனத்தை தனியாருக்கு விற்கும் போது இந்தக் கண்ட்ரோல் பலகையை எடுத்து வந்து அரசாங்க அலுவலகத்தில் வைத்து விடுவார்கள். ஏமான் தேசத்திலுள்ள எல்லா நிறுவனங்களின் கண்ட்ரோல் பலகைகளும் மாவட்ட அரசாங்க அலுவலகங்கள், மாநில அரசாங்க அலுவலகங்கள் என்று எங்கு பார்த்தாலும் நிறைந்திருக்கும். எல்லா நிறுவனங்களையும் விற்ற பிறகு அந்நிறுவனங்களின் கண்ட்ரோல் அரசாங்கத்திடம் இருப்பதாக வெள்ளை அறிக்கை தரப்பட்டது.

இப்படித்தான் ஏமான் தேசத்தின் நிறுவனங்கள் "அரசு" நிறுவனங்களாக மாற்றப்பட்டு, அதன் கண்ட்ரோல் களும் அரசாங்கத்தின் அலுவலகங்களுக்குக் கீழ் கொண்டு வரப்பட்டன.

அரசு அலுவலகங்களின் கண்ட்ரோலில் உள்ள ஒரு நிறுவனம் தான் — அரசு டிஸ்லைக் ஏஜென்சி. இந்த நிறுவனம் வந்த பிறகுதான் லைக்குகள் போல, டிஸ்லைக்குகளின் மதிப்பும் உயர்ந்தது.

ஏற்கனவே ஒருவருக்கு நாம் கொடுத்த லைக்கை "நோ வாபஸ்" சட்டத்தின் படி திரும்பப் பெற முடியாது. அப்படித் திரும்பப்பெறும் சட்டத் திருத்தம் கொண்டு வந்தால் பல முடிவுகளை திரும்பப் பெறும்படி வலியுத்தும் யோசனை சிலருக்கு வந்துவிடும் என்பதால் திரும்பப் பெறும் பேச்சுக்கே இடமில்லை.

லைக்குகளை திரும்பப் பெறுவதற்கு பதிலாக, யாருக்கு நாம் லைக் போட்டோமோ அதே நபருக்கு டிஸ்லைக் போட்டால் போதும். அவர் மதிப்பு முதலில் உயர்ந்து, அப்புறம் குறைந்து மறுபடியும் சமமாகி விடும். ஒரு நபரோ அல்லது நிறுவனமோ லைக்குகளை தங்களுக்குத் தரும்படி சலுகைகளை அறிவிக்கும். அந்த நபருக்கோ அல்லது நிறுவனத்திற்கோ எதிரான இன்னொரு கோஷ்டி டிஸ்லைக்குகளுக்கு சலுகைகள் அறிவிக்கும்.

எப்படியோ, லைக்குகள் பிரச்சினையால் ஏற்பட்ட பணவீக்கத்தை, டிஸ்லைக்குகளை வைத்து ஏற்படுத்தப்பட்ட செயற்கை பணவீக்கம் கொண்டு சரி செய்து விட்டார் மிஸ்டர் டீ. இப்படி டிஸ்லைக்குகளை எல்லாம் சமாளித்து, லைக்குகளை அதிகமாக வாங்கினால் ஜி விருது நிறுவனம் அதனைக் கணக்கெடுத்து, ஜி விருதிற்குப் பரிந்துரைக்கும். அப்படி ஒன்றிற்கும் மேற்பட்ட ஜி விருதுகளைப் பெறும்போது அவர் டூ ஜி, த்ரீ ஜி என்று எண்ணிக்கை அடிப்படையில் அழைக்கப்படுவார்.

இப்படி லைக்குகள் வாங்கிக் கொள்வதற்கான கணக்கு ஒன்றைத் துவங்கிக் கொள்வது எல்லாராலும் முடியாது. சாதாரணமாக அரசு நிறுவனத்தில் வேலை பார்ப்பவரோ, சிறிய தொழில் செய்பவரோ ரகநூலில் கணக்கைத் துவங்க முடியாது. ரகநூலில் கணக்கைத் துவங்குவதற்கு மிக முக்கியமான ஒரு விதிமுறை உண்டு. கணக்கிற்கு விண்ணப்பிக்கும் நபர் பிறரோடு பேசும் சிறப்பு உரிமை பெற்றவராக இருக்க வேண்டும்.

ஏமான் தேசத்துப் பொதுமக்களில் பெரும்பாலோருக்கு இந்தச் சிறப்பு உரிமை கிடையாது. தனியார் அமைச்சர்கள், பல நாடுகளில் தொழில் செய்யும் பெரிய அதிபர்கள், ஜி விருது பெற்றவர்களின் நெருங்கிய உறவினர்கள் போன்ற முக்கிய பிரபலங்கள்தான் இந்த உரிமையை வைத்திருக்கின்றனர். மற்ற பொதுமக்கள் எல்லோருக்கும் பேசும் உரிமை மட்டும்தான்.

3

பேசோஸேபியன்கள்

பேசும் உரிமை என்றால் என்னவென்று தெரியாதா? அமைச்சரவையே கலகலப்பானது என்று ஒரு முறை குறிப்பிட்டேன் அல்லவா? அந்தக் கலகலப்பு தனியார் அமைச்சர்களின் பேச்சினால் ஏற்பட்ட சத்தம் தான்.

வழக்கமாக ஏமான் தேசத்தில் யாரும் யாரோடும் பேசிக்கொள்ள மாட்டோம். எங்கள் சாசனச் சட்டப்படி வழங்கப்பட்டிருக்கும் பேச்சுரிமை தனியாகப் பேசிக் கொள்வதற்குத்தான் பொருந்தும். முன்பெல்லாம் ஒருவர் ஒரே நேரத்தில் ஆயிரக்கணக்கானோரிடம் மைக் என்ற கருவியின் மூலம் பேசுவார்களாம். அப்படி அவர்கள் பேசுகின்ற ஓவியங்கள் கோவில் சுவர்களில் வரையப்பட்டிருக்கின்றன.

ஏமான் தேசத்தின் பெயர்க் காரணம் பற்றி ஆய்வு செய்த எழுத்தாளர் ஆதவன் தீட்சண்யா "கோணைக்கழுத்தர்கள் தேசம்" என்ற பெயர்தான் பின்னர் ஏமான் தேசமாக மாற்றப்பட்டதாக தனது ஆவணங்களில் குறிப்பிடுகிறார். இப்படிக் கோணைக்கழுத்தர்கள் தேசம் என்ற பெயர் எப்படி வந்தது தெரியுமா? அலைபேசி என்ற செல்போன்களை அந்தக் காலத்தில் மக்கள் வைத்திருப்பார்களாம். அலைபேசிகளை தங்கள் தோளின் ஒருபுறம் வைத்துக் கொண்டே தலையைச் சாய்த்து வேலை செய்து கொண்டே பேசுவார்களாம். அப்படிப் பேசிப் பேசியே கழுத்து கோணலாகப் போய்

விட்டதால் கோணைக்கழுத்தர்களின் தேசமாக மாறியது என்று குறிப்பிட்டுள்ளார் ஆதவன். பிற்காலத்தில் சுதந்திரப் பிரகடனம் வெளியிடப்பட்டபோது எசமான் தேசமாக இருந்து, அப்புறம் ஏமான் தேசமாக மாற்றப்பட்டது. எசமான் என்ற பெயரை முதலாளிகள் தங்களுக்குத் தாங்களே அழைத்துக் கொள்வதில்லை. தொழிலாளிகள் தான் அழைக்கிறார்கள் என்பதால் எசமான், எசமான் என்று கூப்பிட்டு கூப்பிட்டு படிப்படியாக ஏமான் என்றும், ஏன் என்றும் சுருங்கி கடைசியில் ஏ என்று அழைக்குமளவிற்கு வந்துவிட்டது.

ஏ அன்று அழைப்பது முதலாளிகளை ஒருமையில் அழைப்பது போலவும், விளிச்சொல்லாகவும் இருந்ததால் — இனி ஏமான் என்று மட்டும்தான் அழைக்க வேண்டும் என்று அரசு ஆணை பிறப்பிக்கப்பட்டு, இப்போது வரை ஏமான் தேசம் என்றே இருக்கிறது.

கோணைக்கழுத்தர்கள் தேசம் என்ற பெயர்வரக் காரணமே எங்கள் குடிமக்கள் பேசிக் கொண்டே இருந்ததால் தான் என்று கேள்விப்படும் போதே எங்களுக்கு பரவசமாக இருக்கிறது. நாங்கள் பேச வேண்டிய எல்லா வார்த்தைகளையும் அவர்களே பேசித் தீர்த்து விட்டார்கள் போலிருக்கிறது. இப்போது நாங்கள் பிறரிடம் பேசுவதற்கு விஷயமும், நேரமும் இல்லாததால் எங்களுக்கு நாங்களே தனியாகப் பேசிக்கொள்கிறோம்.

எங்கள் எதிரி நாடுகள் “பேச்சையும் தனியாருக்கு விற்று விட்டார்கள்” என்றும், “பேச்சுரிமை இல்லாத நாடு” என்றும் இழிவாகப் பேசுவதை நீங்கள் கேள்விப்பட்டு இருப்பீர்கள். உலகத்தில் எல்லா நாடுகளிலும் ஒரு நபர் பேச வேண்டுமானால் இன்னொரு நபர் கேட்க வேண்டும். குறைந்தது பேசுவதற்கு ஒருவர், கேட்பதற்கு ஒருவர் என்று இருவர் இல்லாமல் பேசவே முடியாது. ஆனால் ஏமான் தேசத்தில் ஒரு தனிநபர் தனக்குத் தானே பேச முடியும். எங்கள் சட்டம் தனியாகப் பேசுவதற்கான உரிமையை வழங்கியிருக்கிறது. இது பேச்சுரிமையின் உச்சம் இல்லையா? பேச்சு என்பது தனிநபரின் உரிமை என்பதால் அது தனியாருடையதுதான்.

ஒவ்வொரு மாதமும் எவ்வளவு பேசப்போகிறோம் என்பதை நாங்கள் முன்கூட்டியே கணக்கிட்டு, தனியாகப்

பேசுவதற்கு அரசு வாய்ஸ் சர்வீசில் டாப் அப் செய்து கொள்வோம். தனியாகப் பேசும் போது ஏற்படும் மனநிலை மாற்றம், குரல் பிரச்சினை போன்றவற்றுக்கு அந்த நிறுவனமே இன்சூரன்ஸ் செய்து கொடுத்திருக்கிறது. வழக்கம் போல அந்த நிறுவனத்தின் கண்ட்ரோலும் அரசாங்கத்திடம் தான் இருக்கிறது. பண்டிகைக் காலங்களில் தனியாகப் பேசிக் கொள்ளும் நேரத்தை கூடுதலாகத் தருகின்றது வாய்ஸ் சர்வீஸ்.

முக்கியமானதைச் சொல்ல மறந்து விட்டேனே. ஏமான் தேசத்தின் ஆதி குடிமக்கள் ஹோமோசேபியன்ஸ் போல பேசோசேபியன்ஸ். கோணைக்கழுத்தர்கள் தேசம் ஏமான் தேசமாக மாற்றப்பட்டுக் கொண்டிருந்த போது, பேசிப் பழகிப் போன மக்களில் ஒரு பகுதியினர் தங்கள் காதுகளை அடைத்துக் கொண்டு வலுக்கட்டாயமாக பேசத்துவங்கினர். யார் பேசுவதையும் கேட்காமல் பேசிக் கொண்டே இருந்ததால் வாய்கள் முன்னோக்கி நீண்டும், காதுகள் உள்ளமுங்கியும் இருந்த அவர்களை உயிரியலாளர்கள் பேசோசேபியன்ஸ் என்று அழைக்கிறார்கள்.

பேசோசேபியன்ஸின் ஒரு சிறிய பகுதி மக்கள் அரசு காடுகளில் வசிக்கிறார்கள் என்று கேள்வி. பேசோசேபியன் சிண்ட்ரோம் என்ற நோயால் பீடிக்கப்பட்டுத்தான் மக்கள் இப்படி ஆனார்கள் என்று மருத்துவர்கள் கண்டுபிடித்த பின்பு, பேச்சுரிமையின் புதிய அத்தியாயம் எழுதப்பட்டது.

ஏமான் தேசத்தின் எல்லா மக்களும் தனக்குத்தானே பேசிக்கொள்ளும் உரிமை பெற்றிருந்ததால் காதுகள் தேவைப்படவில்லை. அரசாங்கத்தின் முக்கிய அறிவிப்புகளை இணையதளத் தொலைக்காட்சி வழியே மிஸ்டர் டீ அறிவிக்கும்போது கேட்பதற்கு காதுகள் வேண்டும் என்ற நோக்கத்துடனும், பேசோசேபியன் சின்ட்ரோம் நோய் வந்து விடக்கூடாது என்ற அச்சத்தினாலும் பேச்சுரிமை சட்டத்தில் ஒரு அவசரத் திருத்தம் கொண்டுவரப்பட்டது.

தனக்குத்தானே பேசிக்கொள்ளும் உரிமையின் மூலம் வாய்ஸ் சர்வீஸ் டாப் அப் செய்து கொள்ளும் நபர் ஆயிரம் மணிநேரம் பேசி முடிக்கும் போது சவுண்ட் சிட்டிக்குச் செல்லும் வாய்ப்பை இந்தச் சட்டத் திருத்தம் கொண்டு வந்தது. ஒருவருக்கொருவர் பேசிக் கொள்ளும் சிறப்புப்

பேச்சுரிமை தனியார் அமைச்சர்களுக்கு ஏற்கனவே உண்டு. அதனால் தான் அமைச்சரவையில் பேச்சு சப்தம் கேட்கிறது. பேச்சு சப்தத்தினால் மிஸ்டர் டீ எரிச்சலடையும் போது சைலன்ஸ் கோட்டை அணிந்து கொள்வார். அவர் அந்தக் கோட்டை அணிந்து விட்டால் தனியார் அமைச்சர்கள் கப் சிப்பென்று ஆகி விடுவார்கள்.

சைலன்ஸ் கோட்டில் சின்ன எழுத்துக்களில் சைலன்ஸ் என்று எழுதியிருக்கும். மற்ற நேரங்களில் அவர் அணியும் கோட்டில் ஃபைவ் ஜி என்று எழுதியிருக்கும். அமைச்சரவையில் மிஸ்டர் டீக்கு தூக்கம் வந்தால் சைலன்ஸ் கோட்டை அணிந்து கொண்டு அங்கேயே தூங்கி விடுவார். பெரும்பாலும் அவர் தூங்கி எழும்போது புதிய சட்டமோ, சட்டத் திருத்தமோ வந்தே தீரும். தூக்கத்தில் யோசிப்பதில் கில்லாடி அவர்.

அவசர சட்டங்களை நிறைவேற்றும் போது மிஸ்டர் டீ சைலன்ஸ் கோட்டை அணிந்திருப்பார். ஒரு தனியார் அமைச்சரின் நிறுவனத்தை இன்னொரு அமைச்சருக்கு விற்கும் போதோ அல்லது சில நிறுவனங்களை ஒரே நபருக்கு விற்கும் போதோ அவர்கள் பேசுவதற்கான வாய்ப்பு இருப்பதால், அந்த நேரத்தில் கண்டிப்பாக சைலன்ஸ் கோட் அணிந்திருப்பார் மிஸ்டர் டீ.

பேச்சு வாக்கில் சவுண்ட் சிட்டி பற்றி சொல்லாமல் விட்டு விட்டேன். ஆயிரம் மணிநேரம் தனியாகப் பேச டாப் அப் செய்து கொள்ளும் நபர் சவுண்ட் சிட்டிக்குப் போகும் விசாவைப் பெறுவார். சவுண்ட் சிட்டிக்குள் நுழையும் போதே நம்மைப் போல விசா பெற்றவர்கள் அலுவலகத்தின் சுவர் ஓரமாக வரிசையில் நின்று கொண்டிருப்பார்கள். நீளமான அந்தச் சுவரைக் கடந்து உள்ளே இருக்கும் அதிகாரியின் முத்திரை பெற்று உள்ளே செல்ல வேண்டும். வரிசையில் நின்று உள்ளே செல்ல ஒருசில நாட்கள் ஆகி விடும். அவ்வளவு கூட்டம் இருக்கும்.

ஜி விருது பெற்றவர்கள், அதிகமான லைக் பெற்று டிஸ் லைக்குகளால் ஜி விருதுக்கான வாய்ப்பை இழந்தவர்கள், முன்னாள் தனியார் அமைச்சர்களாக இருந்தவர்கள் என்று ஒரே கூட்டமாக இருக்கும். ஆனால் யாராக இருந்தாலும் அதே வரிசைதான். வரிசையில் நின்று கொண்டிருக்கும் போது ஏற்படும் தேவைகளுக்காக பினாமிகளை நியமித்துக்

கொள்பவர்களும் உண்டு. வெயில் கடுமை கூடினாலும், மழை வந்தாலும் யாரும் அசையக் கூட மாட்டார்கள். எப்படியும் சவுண்ட் சிட்டிக்குள் போய் விட வேண்டும். கிடைத்த வாய்ப்பைப் பயன்படுத்திக் கொள்ள வேண்டும். குடைகள், உட்காருவதற்கு சேர்கள், உணவுகள் என்று பல பொருட்கள் அங்கேயே வாடகைக்கும், விலைக்கும் கிடைக்கும்.

முன்னாள் தனியார் அமைச்சர்கள் நீண்ட நேரம் வரிசையில் நிற்பதற்குப் பதிலாக ஒரு பினாமியை நியமித்து அவர்களை தனக்குப் பதிலாக நிறுத்துவார்கள். யார் விசா பெற்றாரோ அவர் வராமல் பினாமியை மட்டும் நிறுத்திக் கொள்வதற்கு அனுமதியில்லை. எனவே விசா பெற்ற நபரும் அங்கேயேதான் இருப்பார். அவர் ஓய்வெடுக்க விரும்பினால் பணம் அல்லது லைக் செலுத்தி டேப்ளட் ஹோம்களில் தங்கிக் கொள்ளலாம். டேப்ளட் ஹோம்கள் அமெரிக்காவில் இருக்கும் கேப்சூல் லாட்ஜ்களைப் போன்றவை. லோடு ஏற்றிச் செல்லும் ட்ரக்குகளின் பின்பகுதியில் புத்தக செல்புகளைப் போல ஆறடி நீளத்திற்கு ஒரு மனிதர் தங்குமளவிற்கு இருக்கும் அறைகளைக் கொண்டதுதான் டேப்ளட் ஹோம். அங்கு அவர் ஓய்வில் இருந்தால் விசா அலுவலகம் வந்ததும் அவருக்கு அழைப்பு வரும். எத்தனை நாள் பினாமியைப் பயன்படுத்தினாரோ அந்த அளவிற்கு கட்டணம் செலுத்தி விட்டு உள்ளே செல்லலாம்.

அலுவலகத்திற்குள் சில நேரங்களில் உள்ளாடைகளைக் கழற்றச் சொல்லிக் கூட பரிசோதனை செய்வார்கள். குரல் பரிசோதனையின் போது கத்தச் சொல்வார்கள். விதம் விதமான பரிசோதனைகள், நிர்வாண சோதனை, நாட்கணக்கில் நீளும் நீண்ட வரிசை இவ்வளவையும் கடந்து சவுண்ட் சிட்டிக்குள் போக கூட்டம் அலைமோதும். இவ்வளவு கஷ்டத்தில் அங்கு போக வேண்டிய அவசியம் இல்லை என்று சொல்லும் பலர் தனக்கு விசா கிடைக்கும் போது அதே வரிசையில் முண்டியடிப்பதைப் பார்க்க முடியும்.

4
சவுண்ட் சிட்டி சிகிச்சை

சவுண்ட் சிட்டிக்குப் போக மக்கள் காட்டிய ஆர்வத்தைப் பார்த்த மிஸ்டர் டீ பல சவுண்ட் சிட்டிகளை உருவாக்கினார். பெரிய பெரிய நகரங்களுக்குப் பக்கத்தில் சிறப்பு சவுண்ட் சிட்டி மண்டலங்கள் உருவாக்கப்பட்டன. வருங்காலத்தில் வீட்டில் பூஜையறையைப் போல சவுண்ட் சிட்டி ரூம் வரவும் வாய்ப்புண்டு என்பது எதிர்காலத்தை கணித்துச் சொல்லும் அரசு ஜோதிட நிறுவனத்தின் கருத்து.

அப்படி சவுண்ட் சிட்டியில் என்னதான் இருக்கிறது? விசா பெற்று, விசாரணையை முடித்துக் கொண்டு சிட்டிக்குள் போகும் நபர் முதலில் தன் ஜோடியைத் தேர்ந்தெடுக்க வேண்டும். ஜோடி என்றவுடன் பெண் என்று நினைத்து விடாதீர்கள். நீங்கள் உங்கள் மனைவியோடு ஏமான் தேசத்து வீதிகளில் நடந்து போனாலே கலாச்சாரக் காவலர்கள் சங்கம் உங்களுக்கு மறுபடியும் திருமணம் செய்து வைத்து விடுவார்கள். எந்த ஆண், எந்தப் பெண்ணோடு நடந்து போனாலும் "அது ஓடிப்போவதற்கான முன்னேற்பாடு" என்பதால் உடனடித் திருமணம் அங்கே நடக்கும். ஏமான் தேசத்தின் ஃப்ரண்ட்ஸ் ஆஃப் போலிஸ் இவர்கள் தான்.

சவுண்ட் சிட்டியின் வரவேற்புப் பகுதியில் நம்மைப் போலவே விசா பெற்றுக் காத்துக் கொண்டிருக்கும் இன்னொரு ஆணை நம் ஜோடியாகத் தேர்வு செய்து

கொள்ளலாம். அப்புறம் அவருடன் பேச்சரங்கிற்குள் சென்று நம் அனுமதியை சரி பார்த்த பிறகு இருவரும் அமர்ந்து கொண்டு பேசத்துவங்கலாம்.

எப்போதும் தனியாகவே பேசிப் பழகியவர்களுக்கு முதன் முதலில் சவுண்ட் சிட்டி அனுபவம் த்ரில்லிங்காக இருக்கும். பேச்சரங்கின் உள்ளே நுழைந்ததும் எங்கும் கேட்கும் பேரிரைச்சலால் குரல்கள் கலந்த ஒலி இருக்கும். புதிதாக சிட்டிக்குள் நுழையும் நபர் பிறர் பேசும் ஒலிகளால் குழம்பி தன் பேச்சு நேரத்தைப் பயன்படுத்திக் கொள்ளாமல் போவதும் உண்டு. ஆனால் அப்படி பயன்படுத்தப்படவில்லை என்றாலும் சவுண்ட் சிட்டிக்குள் இருக்கும் நேரம் பேசும் நேரமாகவே எடுத்துக் கொள்ளப்படும். தங்களுக்கு வழங்கப்பட்ட பேச்சு நேரம் அளவிற்கு சிட்டிக்குள் இருக்க முடியும்.

இன்னும் சிலர் ஜோடியைத் தேர்வு செய்து பேச்சறை வரைக்கும் போய் விட்டு, பேச்சு வராமல் வெறும் காத்துதான் வருது என்று கண்ணீர் விடுவதும் நடக்கும். கிடைத்த பேச்சு நேரம் வீணாகப் போனதில் வருத்தமடைந்து, மறுபடியும் பணம் கொடுத்து தனக்குத் தானே பேசும் நேரத்தைப் பெற்று, மறுபடியும் சிறப்புப் பேச்சு நேரத்தை வாங்கிக் கொள்வது என்பது கடினமானதாக இருக்கும். அதனால் பேச்சு நேரம் வீணாகாமல் இருக்க ஜோடியைத் தேர்வு செய்வது மிக முக்கியமானது.

ஒருவரைப் பார்த்தவுடன் சவுண்ட் சிட்டிக்கு அவர் புதியவர் என்பதையும், அவரின் இயல்பையும் கண்டுபிடித்து விட முடிந்தால்தான் பேச்சு நேரத்தை சரியாகப் பயன்படுத்த முடியும். எனவே ஜோடிகளைத் தேர்வு செய்வது எப்படி என்ற பயிற்சி சமீபகாலத்தில் மிகப் பிரபலமடைந்து வருகிறது.

ஒரு வெளிநாட்டு அரசு நிறுவனம் சிறப்பு செருப்புகளை அறிமுகப்படுத்தி உள்ளது. அவற்றை அணிந்து கொண்டு நம் ஜோடியைப் பார்க்கும் போதே கால்களில் ஏற்படும் அரிப்பு மூலமும், வியர்வை மூலமும் நமக்கான சரியான ஜோடியை கண்டுபிடித்துவிட முடிவதாகச் சொல்கிறார்கள். இந்த சிறப்புப் பேச்சு நேரம் ஆண்களுக்கு மட்டும் தான். ஏமான் தேசத்துப் பெண்கள் தனியாகப் பேசும் உரிமையையும் கோரிப்பெற வேண்டும். பெண்கள் பேசுவதற்கான உரிமை கோரும் சங்கங்கள் விரைவில் ஏற்படும் என்று கிசுகிசுக்கப்படுகிறது.

அ. உமர் பாரூக்

அமைச்சரவைக் கூட்டத்தில் பெரும்பாலான தனியார் அமைச்சர்கள் பெண்கள் தனக்குத்தானே பேசிக் கொண்டால் பல பிரச்சினைகள் வரும் என்று அஞ்சுகிறார்களாம். எனவே சங்கம் அமைக்கும் அனுமதியை பல தனியார் அமைச்சர்களும், கலாச்சாரக் காவலர் சங்கமும் கடுமையாக எதிர்ப்பார்கள் என்றும் சவுண்ட் சிட்டியில் பேசிக் கொள்கிறார்கள்.

பெண்கள் கர்ப்பமாக இருக்கும் போதே, ஸ்கேன் செய்து கருவில் இருக்கும் குழந்தை ஆணா, பெண்ணா என்று அறிந்து அதற்குத் தகுந்த பயிற்சிகளை வழங்கி வருகின்றன அரசு சிறப்பு மருத்துவமனைகள். கருவில் இருக்கும் குழந்தை பெண்ணாக இருந்தால் பெண்களுக்கான குடும்பக் கடமைகள், நடந்து கொள்ளும் முறைகள், உடைகள் தேர்வு செய்தல், ஏமான் தேசத்தின் பெண்கள் குறித்த சட்டங்கள் போன்றவை கற்பிக்கப்படுகின்றன. ஆணாக இருந்தால் நாட்டின் உரிமைகள், சட்டங்கள், பெண்களை நடத்துவது எப்படி என்பன போன்ற பயிற்சிகள் வழங்கப்படுகின்றன.

சில தாய்மார்கள் யாருக்கும் தெரியாமல் கூடுதல் பணம் கொடுத்து, ஆண்களுக்கு வழங்கப்படும் பயிற்சிகளை ரகசியமாக பெண் குழந்தை கருக்களுக்கு வழங்குவதாக குற்றச்சாட்டுகள் எழுந்துள்ளன. இப்படி சட்ட மீறல்கள் தொடர்ந்தால் ஆண் குழந்தைகளைப் போல பெண்களும் உரிமை கேட்கவும் வாய்ப்பிருப்பதால் அரசு இதனை கவனமாகக் கையாள்கிறது. இது குறித்த புதிய சட்டங்களை இயற்றவும் மிஸ்டர் டீ தனக்குத்தானே ஆலோசித்து வருகிறார்.

சில நிறுவனங்கள் சவுண்ட் சிட்டியில் ஜோடியைத் தேர்வு செய்வது எப்படி என்ற பயிற்சியை கர்ப்ப காலத்திலேயே வழங்கி வருகின்றன. அடிக்கடி மிகவும் சிரமப்பட்டு சவுண்ட் சிட்டிக்கு வருபவர்கள் எந்தப் பயிற்சியும் இல்லாமலேயே பேசுபவரையும், கேட்பவரையும் கண்டுபிடித்துப் பழகி விட்டார்கள்... என்னைப் போல.

முகம் வெளுத்தும், வாய் ஊசியாக முன்னோக்கி கிட்டத்தட்ட பேசோசேபியன்ஸ் போல இருப்பவர்களை ஜோடியாகத் தேர்வு செய்தால் அவர்கள் பேசுவதை நாம் தான் கேட்க வேண்டியிருக்கும். நாம் பேசவே முடியாது. அதே போல வாய் உள்ளமுங்கி, காதுகள் வெளியே நீண்டிருப்பவர்களை ஜோடியாகத் தேர்வு செய்தால் நம்மைப்

பேசச் சொல்லி கேட்டுக் கொண்டே இருப்பார்கள். இந்த இருவகையையும் தேர்வு செய்யாமல் காதுகளும் — வாயும் வெளியேயும் நீளாமல், உள்ளேயும் அமுங்கியிருக்காமல் இருப்பவர்கள் தான் கேட்பவர்களாகவும், பேசுபவர்களாகவும் இருப்பார்கள்.

சவுண்ட் சிட்டி திட்டத்தின் மூலம் இரண்டு நோக்கங்கள் நிறைவேறி இருப்பதாக மிஸ்டர் டீ அறிவித்திருக்கிறார். ஒன்று — ஏமான் தேசத்தின் ஆதி மக்கள் போன்று பேசோசேபியன்ஸ் சிண்ட்ரம் நோயால் பாதிக்கப்படாமல் காப்பாற்றியிருப்பது. இரண்டு — அரசாங்கம் அறிவிக்கும் அறிவிப்புகளைக் கேட்பதற்கு காதுகள் வேண்டும் என்பதால் அவற்றின் கேட்கும் தன்மையை பாதுகாப்பது. இந்த இரண்டு வகையிலும் இத்திட்டம் வெற்றியடைந்திருக்கிறது என்று ஏமான் தேசம் அறிவித்திருக்கிறது. உலக அரங்கில் அதன் மதிப்பும் உயர்ந்திருக்கிறது.

நான் முதன் முதலில் சவுண்ட் சிட்டிக்கு வருவதற்கு முன்னால், தனியாகப் பேசிக் கொள்ளும் சராசரி மனிதனாகவே இருந்தேன். தரநூலில் பதிவு செய்து, லைக்குகள் வாங்கி விருதுக்கு விண்ணப்பிக்கும் யோசனை எல்லாம் எனக்கு இல்லவே இல்லை. நான் சவுண்ட் சிட்டிக்கு வருவதற்கான முக்கியக் காரணம் கனவுகள் தான்.

கனவுகளில் நான் பேசுபவனாகவும், நிறையப் பேர் கேட்பவர்களாகவும் இருந்தார்கள். தொடர்ந்து இதே கனவு அடிக்கடி வந்து கொண்டிருந்தது. ஒரு கட்டத்தில் இரவு தூங்கும் போது மட்டுமல்லாமல், விழித்திருக்கும் போதும் வரத்துவங்கியது. அப்போதுதான் பயந்து போய் ஒரு டாக்டரிடம் போனேன். அவர் தான் சொன்னார் “இப்படியே நீங்கள் விட்டு விட்டால் பேசோசோபியன் சிண்ட்ரமாக மாறிவிடும். அப்புறம் உங்களை அறியாமல் பேச ஆரம்பித்து விடுவீர்கள். மனதில் நினைப்பவற்றை வெளியில் பேச ஆரம்பித்து விட்டால் அப்புறம் உங்கள் நிலை பரிதாபம் தான்” என்று.

நினைப்பதை எல்லாம் பேசும் வாயாக என்னுடையது ஆகிவிட்டால் இரண்டு பிரச்சினைகள் வரும். ஒன்று — அரசாங்கத்தை, மிஸ்டர் டீயைப் பற்றிப் பேசினால் அது கருத்துரிமைச் சட்டம் பாயும். இரண்டு — நினைத்ததை

எல்லாம் பேச ஆரம்பித்தால் கலாச்சாரக் காவலர்களை கோபப்படுத்தும். அவர்கள் வாயைத் தீ வைத்து எரித்து விடும் ஆபத்தும் இருக்கிறது.

அதிலிருந்து தப்பிக்க டாக்டர் ஒரு யோசனை சொன்னார். சவுண்ட் சிட்டிக்குப் போய் யாரிடமாவது பேசினால் இது குறைந்து விடும் என்பதுதான் அது. அப்படித்தான் நான் சவுண்ட் சிட்டிக்கு வந்து போகத் துவங்கினேன்.

சவுண்ட் சிட்டிக்கு நான் இரண்டாவது முறை வந்த போதுதான் தலைமறைவாக வாழும் தமிழாசிரியரைச் சந்தித்தேன்.

5
ஆப்பிரிக்கத் தீவிரவாதியும் மிஸ்டர் ஸேவும்

தமிழாசிரியரைப் பற்றிச் சொல்வதற்கு முன்னால் மிஸ்டர் ஸேவைப் பற்றிச் சொல்லி விடுகிறேன்.

ஆசியக் கண்டத்தில் மலேயா என்ற ஒரு நாடு இருந்தது. அந்த நாடு பரமேஸ்வரா என்ற ஒரு சிங்கப்பூரில் இருந்து தப்பிவந்த மன்னனால் உருவாக்கப்பட்டது. அந்த மன்னன் சில வருடங்களுக்குப் பிறகு முஸ்லீமாக மதம் மாறி, இஸ்கந்தர் ஷா என்று பெயர் வைத்துக் கொண்டான். பிற்காலத்தில் தமிழ்நாட்டில் இருந்து ராஜேந்திர சோழன் மலேயாவில் கெடா என்ற பகுதி வரை கடல் பயணமாகச் சென்று கடல் கொள்ளையரை விரட்டியடித்தான். இதெல்லாம் பழைய மலேயாவின் கதை. அப்புறம் அந்த நாட்டின் பெயர் மலேசியா என்று மாற்றப்பட்டது உங்களுக்குத் தெரிந்திருக்கும்.

மிஸ்டர் ஸேவைப் பற்றி சொல்கிறேன் என்று சொல்லி விட்டு, மலேயா பற்றி சொல்லிக்கொண்டிருக்கிறாயே என்று திட்டாதீர்கள். மிஸ்டர் ஸே மலேசியாவில் இருந்து ஏமான் தேசத்திற்கு வந்தவர் இல்லை.

இப்போது உள்ள மலேசிய கல்வி முறையின் வரலாற்றுக் கேள்விகளில் மலேசியாவை உருவாக்கியவர் யார் என்று கேட்டால், பரமேஸ்வரா என்று பதில் சொல்லக் கூடாது. இஸ்கந்தர் ஷா என்றுதான் பதில் சொல்ல வேண்டும். இப்போதுள்ள மலேசிய வரலாறு இஸ்கந்தர் ஷாவில் இருந்து

துவங்குகிறது. அதற்கு முன்னால் நடைபெற்ற சம்பவங்கள் பற்றியோ, மலேசியாவிற்குள் படையெடுத்து வந்த அந்நியர்கள் பற்றியோ வரலாற்றுப் பாடநூல்கள் பேசுவது மலேசியாவிற்கு இழுக்கு என்று அந்நாட்டு அரசு முடிவு செய்திருக்கிறது. பழைய வரலாற்றை யாரும் நினைவுபடுத்தி விடக்கூடாது என்பதில் மலேசிய அரசு கவனமாக இருக்கிறது.

மிஸ்டர் டீ ஒரு முறை அமெரிக்க அதிபரோடு சேர்ந்து, மலேசியாவுக்குப் போய் வந்தவுடன் மலேசியாவின் வரலாற்றுக் கொள்கை அவருக்கு மிகவும் பிடித்துப் போனது. ஏமான் தேசத்திற்கு வந்தவுடன் முதல் வேலையாக வரலாற்றுச் சட்டத்தை திருத்தினார். ஏமான் தேசம் உருவானதற்கு முன்பு நடந்த சண்டைகள், அந்நியர் படையெடுப்புகள், சிலை உடைப்பு, சாசனச் சட்டத் திருத்தம், அமெரிக்க ஒப்பந்தம் பற்றியெல்லாம் யாரும் பேசவோ, எழுதவோ கூடாது என்று ஏமான் தேச நலன் கருதி மிஸ்டர் டீ புதிய வரலாற்றுச் சட்டத்தை உருவாக்கினார்.

மலேசியா பற்றியெல்லாம் ஏன் சொன்னேன் என்று புரிகிறதா? மிஸ்டர் ஸே பற்றி நான் சொல்லும் போது ஏமான் தேச வரலாற்றுச் சட்டத்தின் அடிப்படையில் எல்லா விஷயங்களையும் சொல்லி விட முடியாது. சில விஷயங்களை நீங்களே யூகித்துக் கொள்ள வேண்டும். ஒரு இலக்கியப் பிரதியில் எல்லா விஷயங்களையும் அப்பட்டமாகச் சொல்லக்கூடாது, சில விஷயங்களில் வாசகனுக்கும் “ஸ்பேஸ்” விட வேண்டும் என்று சொல்லும் இலக்கியக் கொள்கைக்கும் இதற்கும் எந்த சம்பந்தமும் கிடையாது.

மிஸ்டர் ஸே ஒரு ஏமான் படையின் முன்னோடி. ஏமான் தேசம் உருவாவதற்கு முன்பு, நடைபெற்ற அறப்போர்களில் மிஸ்ட்ர் ஸே ஒரு துவக்கப் புள்ளி.

கோணைக்கழுத்தர்கள் தேசத்து மக்கள் மூட நம்பிக்கைகளிலும், அரசு நடத்துவது பற்றிய அறியாமையிலும் இருந்த போது சில வெளிநாட்டுக்காரர்கள் உதவி செய்ய கோ.க. தேசத்திற்கு வந்தார்கள். வெளிநாட்டு ஆட்சி ஏமான் தேசத்தில் நிறுவப்பட்டது. இதனை கோ.க. தேச வரலாறு தனியார் ஆட்சிக்காலம் என்றும், ஏமான் தேசப் பொற்காலம் என்றும் சொல்கிறது. அமைதியாகவும், ஆனந்தமாகவும் வாழ்ந்து கொண்டிருந்த கோ.க. தேச மக்களில் ஒரு சிலர்

கலகம் செய்ய ஆரம்பித்தார்கள். அந்த நேரத்தில் தான் ஆப்பிரிக்காவில் இருந்து வந்த ஒரு தீவிரவாதி கோ.க. தேசத்தின் அமைதியைக் கெடுக்க திட்டமிட்டான். அமைதியாக இருந்த கோ.க. தேச மக்களை சாப்பிடும் போராட்டத்திற்கு வருமாறு அழைப்பு விடுத்தான்.

கோ.க. தேசத்து முதலாளிகள், தனியார் ஆட்சியாளர்களோடு சேர்ந்து உதவிகள் செய்ததால் கோ.க. தேசத்தில் விளையும் எல்லா உணவுகளிலும் முதல் தரமானவைகள் அவர்களுக்கு இலவசமாக வழங்கப்படும். ஓய்வாக இருந்து கொண்டு அரசாங்கத்திற்கு உதவிகள் செய்து வந்ததால் அவர்களுக்கு உணவு தானியங்கள் இலவசமாக வழங்கப்பட்டது. கோ.க. தேச விஞ்ஞானிகள் அப்போதுதான் புதிதாக ஒரு விஷயத்தைக் கண்டுபிடித்திருந்தார்கள். உடலுக்கு வேலை கொடுக்காமல் இருக்கும்போது உணவுத் தேவை அதிகமாக இருப்பதாகவும், கடுமையான உடல் உழைப்பில் ஈடுபடும் மனிதர்களுக்கு அவர்கள் உடலிலேயே உணவு சுரப்பதையும் கண்டுபிடித்தார்கள். அப்போதுதான் தனியார் அரசாங்கம் சும்மா இருக்கும் முதலாளிகளுக்கு உணவை இலவசமாக வழங்குவதென்றும், உழைக்கும் மனிதர்களுக்கு உணவு வழங்கத் தேவையில்லை என்றும் முடிவுக்கு வந்தது.

ஆப்பிரிக்கத் தீவிரவாதியின் சாப்பிடும் போராட்டம் என்பது உழைக்கும் மனிதர்கள், முதலாளிகளின் உணவைச் சாப்பிட்டுத் தீர்ப்பதாகும். நிறைய உழைக்கும் மக்கள் விஞ்ஞான ரீதியான உண்மைகளைப் புரிந்து கொள்ளாமல், சாப்பிடவில்லை என்றால் உயிர் போய்விடும் என்ற மூட நம்பிக்கையின் காரணமாக போராட்டத்தில் இணைந்தார்கள்.

கூட்டம் கூட்டமான மனிதர்கள் ஊர்வலமாகச் சென்று, முதலாளிகளுக்கு கொடுக்கப்படுவதற்காக வைத்திருந்த உணவுகளைச் சாப்பிடத் துவங்கினார்கள். எல்லா ஊர்களிலும் சாப்பிடும் போராட்டம் பரவியது. முதலாளிகளின் உணவுகள் கொள்ளையடிக்கப்பட்டன. மக்கள் திரளைக் கண்ட தனியார் அரசாங்கத்தால் ஒன்றும் செய்ய முடியவில்லை. சாதாரண மனிதர்கள் சாப்பிடும் போராட்டத்தைக் கைவிடவில்லையென்றால் அரசாங்கத்தில் சும்மா இருக்கும் அதிகாரிகள், அதிபர்களுக்குக் கூட சாப்பாடு இல்லாமல் போகும் அபாயம் வந்தது.

அ. உமர் பாரூக் | 35

உணவு மூட்டைகளை தூக்கிக் கொண்டிருந்த தொழிலாளிகள் உணவுகள் தங்களுக்குச் சொந்தமானவை என்று சாப்பிடத் துவங்கினார்கள். சமையல் தொழிலாளர்களின் போராட்டம் தான் உணவு பற்றிய அச்சத்தை அரசாங்கத்திற்கு உருவாக்கியது. உணவை உற்பத்தி செய்யும் விவசாயிகளும், அவற்றை கொண்டு வந்து சேர்க்கும் தொழிலாளிகளும், சமைத்து பரிமாற வேண்டிய சமையல் பணியாளர்களும் சாப்பிடும் போராட்டத்தில் பங்குபெற்றதால் நாடே ஸ்தம்பித்தது. கடைசியில் தனியார் அரசாங்க ஆட்கள் நாட்டை விட்டு வெளியேறினார்கள் — அப்போது உருவானதுதான் சுதந்திர கோணைக்கழுத்தர்கள் தேசம்.

கோணைக்கழுத்தர்கள் தேச விடுதலைக்குப் பின் ஆப்பிரிக்கத் தீவிரவாதி அமைதியானான். தனியார் அரசாங்கம் வெளியேறினாலும், முதலாளிகள் புதிய அரசாங்கத்திலும் தங்கள் உதவிகளைத் தொடர்ந்தார்கள். இப்போதும் சாதாரண மக்களுக்கு உணவு வழங்கப்படவில்லை. மறுபடியும் தீவிரவாதி சாப்பிடும் போராட்டத்தை துவங்கி விட்டாலோ, புதிய போராட்டங்களை அறிவித்துவிட்டாலோ தேச ஒற்றுமை பாதிக்கப்படும் என்று தேச பக்தர்கள் அஞ்சினார்கள். கோ.க. தேச நன்மைக்காக திவிரவாதியைக் கொன்று விட்டால் பிரச்சினைகள் முடிவுக்கு வரும் என்று கருதிய தேச பக்தர்கள் மிஸ்டர் ஸேவைத் தேர்ந்தெடுத்தார்கள்.

மிஸ்டர் ஸே அந்த தீவிரவாதியை சுட்டுக் கொன்று விட்டார்.

கோணைக்கழுத்தர்கள் தேசத்தில் முதலாளிகளை விட, தொழிலாளர்கள் அதிகமாக இருந்ததால் ஆப்பிரிக்கத் தீவிரவாதியின் ஆதரவாளர்கள் அதிகமானோர் இருந்தனர். புதிய அரசாங்கம் பிரச்சினையில் சிக்காமல் இருப்பதற்காக மிஸ்டர் ஸேவிற்கு அநியாயமாக மரண தண்டனை கொடுத்துவிட்டார்கள். மிஸ்டர் ஸே எழுதிய நூல்களும், அவருடைய உருவமும் மக்கள் மனங்களை விட்டு மறைந்து போனதில் தேச பக்தர்களுக்கு ஏக வருத்தம். அப்போது உதயமானது தான் ஏமான் படை.

•

6

கோணைக்கழுத்தர்கள் தேசத்திலிருந்து ஏமான் தேசத்திற்கு

ஏமான் படை கோணைக்கழுத்தர்கள் தேசத்தின் தலைவிதியை மாற்றி எழுதுவதற்கான புதிய பேனாவைக் கண்டுபிடித்திருப்பதாக அதன் தலைவர்கள் அறிவித்தார்கள். ஏமான் படை கோணைக்கழுத்தர்கள் தேசத்தின் பெயரை ஏமான் தேசம் என்று மாற்ற வேண்டும் என்ற கோஷத்தோடு "ஏமான் சாஸ்திரம்" நூலை மறுபதிப்புச் செய்தார்கள்.

கோணைக்கழுத்தர்கள் தேசம் ஒரு காலத்தில் சொர்க்கபூமியாக இருந்ததாகவும், அதனை மறுபடியும் ஏற்படுத்தும் வரை ஓய மாட்டோம் என்று ஏமான் படை அறிவித்து, சொர்க்க பூமியை உருவாக்குவதற்கான காண்ட்ராக்டுகளையும் அப்போதே விடத் தொடங்கினார்கள்.

அந்தக் காலத்தில் கோணைக்கழுத்தர்கள் தேசம் சொர்க்க பூமியாக இருந்ததற்குக் காரணம் ஏமான் சாஸ்திரத்தை எல்லா மக்களும், மன்னர்களும் பின்பற்றியதால்தான் என்பதை நினைவூட்டி, அதைக் கற்றுக் கொள்ள டியூஷன் சென்டர்களையும் உருவாக்கியது ஏமான் படை.

ஏமான் படையின் லட்சியத் தலைவர்களில் ஒருவராக மிஸ்டர் ஸே அறிவிக்கப்பட்டார். மறுபடியும் மெதுவாக மிஸ்டர் ஸேவின் படங்கள் பொறித்த பனியன்கள், ஜட்டிகள், துண்டுகள் என்று வெளிவரத் துவங்கின. கோணைக் கழுத்தர்கள் தேசத்தின் கடைசி தேர்தலில் மிஸ்டர் ட

பங்கேற்று வெற்றி பெற்றார். மிஸ்டர் டீயின் அமெரிக்கத் திட்டங்கள், அப்போது நடந்த பிரச்சினைகள் — இவை எல்லாம் ஏமான் தேசத்தின் வரலாற்றுத் துறையால் பாதுகாக்கப்பட்டிருக்கின்றன. அவற்றை வெளியிடவும் கூடாது என்று தடை விதிக்கப்பட்டிருக்கிறது.

புதிய அரசாங்கத்தின் புதிய திட்டங்களுக்கு பலர் எதிர்ப்பு தெரிவிக்க, மிஸ்டர் டீக்கு கோபம் வந்து ஒரு நாள் நாட்டின் பெயரை ஏமான் தேசம் என்று மாற்றி விட்டார். கோணைக்கழுத்தர்கள் தேசம் இருந்த போது அதன் நிறுவனச் சட்டங்களின் படி, ஏமான் தேசம் என்று ஒரு நிறுவனத்தைத் துவங்கி அதனை தன் பெயரில் பதிவு செய்து வைத்திருந்தார் மிஸ்டர் டீ. நாட்டின் பெயர் ஏமான் தேசம் என்று மாற்றப்பட்டதும், கோணைக்கழுத்தர்கள் தேசத்தின் பதிவுப் படி அதன் ஒரே உரிமையாளராக மிஸ்டர் டீ மாறினார்.

நாட்டின் பெயரை மாற்றுவதற்கான ஆவணத்தில் அன்று இருந்த அமைச்சர்கள் எப்படி கையெழுத்திட்டார்கள் தெரியுமா? மிஸ்டர் டீயின் ஆட்சி துவங்கிய போது, டிஜிட்டல் சிக்னேச்சர் எனப்படும் கையெழுத்து முறை நடைமுறைக்கு வந்தது. ஆவணக் காப்பகத்திற்குச் சென்று நம்முடைய கையெழுத்தை ஒரு முறை போட வேண்டும். அப்புறம் நம் ஆட்காட்டி விரலின் ரேகையை பதிவு செய்து இரண்டையும் டிஜிட்டல் முறையில் இணைத்து விடுவார்கள். டச் ஸ்கிரீன் டாக்குமெண்டில் நம் ஆட்காட்டி விரலை வைத்துத் தொட்டால் போதும் நம்முடைய கையெழுத்து அதில் வந்து விடும். இதுதான் டிஜிட்டல் சிக்னேச்சர் முறை.

இந்த முறை வந்த பிறகு போலி கையெழுத்து, போலி பத்திரம் குறைந்து போய் விட்டது. ஆனால் புதிதாக சில சிக்கல்கள் முளைத்தன. முக்கியமான நபர்கள் தூங்கும் போதோ, மருத்துவமனைகளில் மயக்கத்தில் இருக்கும் போதோ அவர்களுக்குத் தெரியாமல் மோசடிக்காரர்கள் ஆட்காட்டி விரலைப் பயன்படுத்திக் கொள்ள ஆரம்பித்தார்கள். பெண்களின் பெயரில் சொத்து இருக்கும் பல கணவர்களும், மகன்களும் வீட்டில் பெண்கள் தூங்கிக் கொண்டிருக்கும் போது அவர்களுக்குத் தெரியாமலேயே ஆட்காட்டி விரலை வைத்துத் தொட்டு சட்டப்பூர்வமாக மோசடி செய்தார்கள்.

இதனை எப்படிக் கட்டுப்படுத்துவது என்று

ஆவணக்காப்பகத்திற்கு வழி தெரியவில்லை. ஏற்கனவே தங்கள் நிறுவனங்களை விற்றவர்கள் கூட, தாங்கள் தூங்கும் போது விற்றதைப் போல ஆவணங்களை தயாரித்துக் கொண்டார்கள் என்று வழக்குகளைப் போட ஆரம்பித்தனர். சர்வதேச சர்வாதிகார நீதிமன்றத்தால் வழக்குகளை விசாரிக்கவே முடியவில்லை. அதன் தலைமை நீதிப் பேரரசர் தன் ஆட்காட்டி விரலை எப்படிப் பாதுகாப்பது என்று யோசித்துக் கொண்டிருந்தார். நிலுவையில் இருக்கும் பல வழக்குகளில் தன் விரலை தனக்குத் தெரியாமலே பயன்படுத்தி தீர்ப்புகளை வெளியிட்டு விடுவார்களோ என்பது அவருடைய பயம்.

கோணைக்கழுத்தர்கள் தேசத்தின் பாதுகாப்புத் துறை அமைச்சர் மீது வழக்குத் தொடுக்கப்பட்டது. தேசம் என்பது மண் மட்டும் அல்ல மக்களும் சேர்ந்தது தான். மண்ணில் வரையப்பட்ட எல்லைக் கோடுகளைக் காப்பதற்காக இரவும், பகலும் வீரர்கள் நிறுத்தப்படுவதற்கு ஆயிரக்கணக்கான கோடி ரூபாய்களை செலவிடுகிற பாதுகாப்புத்துறை, தனி நபரின் ஆட்காட்டி விரல்களை பாதுகாக்க முடியவில்லையா? என்ற பொதுநல மனுவின் அடிப்படையில் இந்த வழக்கு விசாரணைக்கு வந்தது. நீதிப் பேரரசர் தன் விரலுக்கும் சேர்த்து பாதுகாப்புக் கிடைக்காதா? என்ற ஏக்கத்தில் வழக்கை விரைவுபடுத்தினார்.

ஒரு வழியாக பாதுகாப்புத்துறை அமைச்சர் விரல் பூட்டுத் திட்டத்தை முன்மொழிந்தார். பாதுகாப்புத்துறை அமைச்சகத்தில் இருந்து ஒவ்வொரு குடும்பத்திற்கும் ஒரு பூட்டு வழங்கப்படும். அதனை அக்குடும்பத்தினர் பயன்படுத்திக் கொள்ள வேண்டும். ஒன்றுக்கும் மேற்பட்ட பூட்டுகள் ஒரே குடும்பத்திற்கு தேவைப்பட்டால் விண்ணப்பித்து, பணம் செலுத்திப் பெற்றுக் கொள்ளலாம். இந்தப் பூட்டின் சாவிகளில் ஒன்று பாதுகாப்புத்துறையின் வசம் இருக்கும். இனிமேல் ஒவ்வொரு நபரின் ஆட்காட்டி விரலைப் பாதுகாத்துக் கொள்வது தனிநபரின் கடமையாகும் என்று பாதுகாப்புத்துறை அறிவித்தது.

கோணைக்கழுத்தர்கள் தேசத்தில் ஆட்காட்டி விரல் பூட்டிய மனிதர்கள் உலா வரத் துவங்கினார்கள். ஒரு காலத்தில் முதலாளிகளிடத்தில் வேலை பார்க்கும் தொழிலாளர்களை அடிமைச்சமூகம் என்று அழைத்த முதலாளிகளே, இப்போது பூட்டுப் போட்டுக் கொண்டு அலைவதில் மக்கள் மகிழ்ச்சி

அடைந்தார்கள்.

சாதாரண மக்களுக்கு தங்கள் ஆட்காட்டி விரல்களை பாதுகாத்துக் கொள்ள வேண்டிய அவசியம் ஏற்படவில்லை. ஏனென்றால் யாரும் ஏமாற்றி விடும் அளவிற்கு அவர்களிடத்தில் சொத்துக்களோ, ஆவணங்களோ இல்லை. எவ்வளவு சொத்து இருகிறதோ அந்த அளவிற்கு ஆட்காட்டி விரல்களில் போடப்படும் பூட்டுகளும் பெரியதாக இருந்தன. இப்படித்தான் விரலுக்கேத்த வீக்கம் என்ற பழமொழி கோணைக்கழுத்தர்கள் தேசத்தில் உருவானது.

அமைச்சர்கள் கூட்டத்தில் மிஸ்டர் டீ கொண்டு வரும் அதி அவசர சட்டங்களில் உடனுக்குடனே கையெழுத்து இடவேண்டிய தேவை இருந்ததால், அமைச்சர்கள் யாரும் அவையில் பூட்டு அணிய அனுமதி இல்லை. அமைச்சர்கள் அவைக்கூட்டம் எப்போது இருக்கும் என்ற ஆவலுடன் காத்திருக்க ஆரம்பித்தார்கள். ஏனென்றால் எப்போதும் பூட்டுகளுடன் இருக்கும் ஆட்காட்டி விரல்கள் வலித்துக் கொண்டே இருப்பதிலிருந்து, அவைக்குள் வந்து விட்டால் தப்பித்துக் கொள்ளலாம் என்றுதான்.

கோணைக்கழுத்தர்கள் தேசம் — ஏமான் தேசமாக மாற்றப்படுவதற்கு துணையாக இருந்ததும் பூட்டில்லாத அமைச்சர்களின் விரல்கள் தான். கடைசி அமைச்சரவைக் கூட்டத்தில் மிஸ்டர் டீ தனக்கு அன்று பிறந்த நாள் என்று கூறி, ஆவணத்தின் மேல் அமெரிக்க சாக்லெட்டுகளை வைத்து நீட்டினார். மிஸ்டர் டீயே தன் நாற்காலியிலிருந்து இறங்கி வந்து சாக்லேட் கொடுப்பதைப் பார்த்து பதறிய அமைச்சர்கள் அவசர அவசரமாக சாக்லேட்டை எடுத்தார்கள். அப்படி எடுக்கும் போது கீழே இருந்த ஆவணத்தில் அவர்களின் ஆட்காட்டி விரல்கள் பட்டு, அவர்களுடைய கையெழுத்துக்கள் சேர்ந்தன. பெரும்பாலான அமைச்சர்களுக்கு சர்க்கரை நோய் இருந்ததால் அவர்கள் வீடுகளில் சாக்லேட் கொடுப்பதில்லை. மிஸ்டர் டீ சாக்லேட் கொடுத்தவுடன் அவசரம் அவசரமாக எடுத்துக் கொண்டார்கள்.

ஒரு சில அமைச்சர்களின் கையெழுத்து இரண்டு, மூன்று முறை கூட இருப்பதாகவும் ஒரு வதந்தி உண்டு. எல்லா அமைச்சர்களின் கையெழுத்தும் கிடைத்ததும் மிஸ்டர் டீ நாட்டின் பெயர் மாற்றத்தை அறிவித்தார். பதிவு செய்யப்பட்ட

வீடியோ காட்சிகளில் பெயர்மாற்றம் அறிவிக்கப்பட்ட பின்பு, சாக்லேட் கொடுக்கப்பட்ட மாதிரி ஒளிபரப்பப்பட்டது. பெயரை மாற்றுவதால் என்ன ஆகி விடப்போகிறது என்று அமைச்சர்களும் சும்மா இருந்து விட்டார்கள். கூட்டம் முடிந்து வீடு திரும்பிக் கொண்டிருந்த போதுதான் மிஸ்டர் டீ ஏமான் தேசம் தனக்கு உரிமையுடையது என்ற அறிவிப்பையும், ஆவணத்தையும் வெளியிட்டார். இதுதான் ஏமான் தேசத்தின் சுதந்திரப் பிரகடனம் என்று அழைக்கப்படுகிறது. ஏமான் தேசத்தின் உருவாக்கத்தில் ஏமான் படையின் டியூஷன் சென்டர்கள் பெரும்பங்காற்றின என்று மிஸ்டர் டீ ஒருமுறை பேட்டியின் போது குறிப்பிட்டிருக்கிறார்.

7

கட்டாயக் குளியல் திட்டம்

ஏமான் தேசத்தின் சுதந்திரப் பிரகடனத்திற்குப் பின்னால் ஏமான் படையின் கோரிக்கையின் அடிப்படையில் மிஸ்டர் ஸேவின் சிலை வைப்புத் திட்டத்தை அறிவித்தார் மிஸ்டர் டீ. எங்கள் நாட்டில் எல்லா இடங்களிலும் மிஸ்டர் ஸேவின் சிலைகள் மட்டும் தான் இருக்கும். மிஸ்டர் ஸேவிற்கு ஏமான் வீரர் என்ற பட்டமும், ஃபைவ் ஜி விருதும் அப்போதுதான் வழங்கப்பட்டது.

ஏமான் தேசத்தில் இரண்டு பேர் மட்டும் தான் ஃபைவ் ஜி விருதைப் பெற்றிருக்கிறார்கள். ஒன்று மிஸ்டர் ஸே, இன்னொன்று மிஸ்டர் டீ. இருவருக்கும் விருது அறிவிக்கப்படும்போது ரகநூல் லைக்குகள், விருதுக் குழு பரிந்துரை என்று எந்த விதிமுறைகளுமே பின்பற்றப் படவில்லை என்ற சர்ச்சை ஆரம்ப காலத்தில் இருந்தது. இதுபோன்ற சர்ச்சைகள், விவாதங்கள் நாடு முழுவதும் நடக்கும் போது மிஸ்டர் டீ ஒரு டெக்னிக்கை கடைப்பிடிப்பார். ஒன்றுமே நடக்காதது போல சும்மா இருந்து விடுவதுதான் அது. அதையும் மீறி, யாராவது ஒரு பத்திரிக்கையாளர் சர்ச்சையைப் பற்றி கேள்வி கேட்டால் அவரைப் பாராட்டி தேநீர் விருந்துக்கு அழைத்து விடுவார்.

தேநீர் விருந்தில் மிஸ்டர் டீ என்ன செய்வாரோ தெரியாது. அந்தப் பத்திரிக்கையாளர் ஒரு புதிய பத்திரிக்கையை

சொந்தமாகத் தொடங்கிவிடுவார் அல்லது பத்திரிக்கைத் துறையில் இருந்து விருப்பஓய்வு பெற்று விடுவார்.

மிஸ்டர் ஸேவின் பல புதிய திட்டங்களைப் பற்றித்தான் நான் ஏற்கனவே சொல்லியிருக்கிறேனே.. சவுண்ட் சிட்டி, பேசிக் கொள்ளும் உரிமை, சிலைகளை அறிந்து கொள்ளும் உரிமை இப்படி பல உரிமைகளையும், கடமைகளையும் ஏமான் தேசத்தின் சுதந்திரப் பிரகடனம் எங்களுக்கு வழங்கியிருக்கிறது.

மிஸ்டர் டீயின் மிக முக்கியமான திட்டங்களில் ஒன்று — காப்பீட்டுத் திட்டம். அமெரிக்க முதலீட்டின் பெரும்பங்கோடு துவங்கப்பட்ட இத்திட்டம் ஏமான் தேசத்தின் ஒவ்வொரு குடிமகனையும் ஆயுள் காப்பீடு செய்கிறது. சின்னச் சின்ன ஆக்ஸிடென்டுகள் முதல் உயிரிழப்பு வரை எல்லா உடல் ரீதியான பிரச்சினைகளுக்கும் இந்தக் காப்பீட்டுத்திட்டம் இழப்பீடு வழங்கும்.

காப்பீட்டுத் திட்டத்தின் கீழ் பதிவு செய்து கொண்ட ஒருவர் இறந்து போனால் அவருடைய குடும்பத்திற்கு கணிசமான தொகையை அரசு காப்பீட்டு நிறுவனம் வழங்கும். ஆனால் இறந்தவருடைய உடலை நிறுவனம் எடுத்துக் கொள்ளும். அந்த உடலில் எஞ்சியிருக்கும் உள் உறுப்புக்கள் எல்லாம் அந்நிறுவனத்திற்குச் சொந்தமானவை.

அமெரிக்காவிலோ, ஏமான் தேசத்திலோ யாரவது ஒரு முதலாளிக்கு உள்ளுறுப்பு தேவைப்பட்டால் காப்பீட்டு நிறுவனம் இறந்தவரின் உறுப்புக்களை விற்று விடும். அதில் இறந்தவரின் குடும்பத்தார் பங்கு கேட்கக் கூடாது. உலகம் முழுவதும் தேவையான உள்ளுறுப்புகளுக்கான சந்தை இன்று ஏமான் தேசத்தில் இயங்குகிறது.

வாடகைத்தாய்கள் தங்கள் கர்ப்பப்பையை வாடகைக்கு விடுவது ஏமான் தேசத்தின் மிக முக்கியமான தொழில்களில் ஒன்று என்பதை நீங்கள் ஏற்கனவே அறிந்திருப்பீர்கள். அதே போன்ற பெரிய தொழிலாக ரெட் மார்க்கட் என்று அழைக்கப்படும் உள்ளுறுப்புகளுக்கான சந்தையும் வளர்ந்து வருகிறது.

முதலாளிகள் குடித்து குடித்து தங்கள் கல்லீரலைக் கெடுத்துக் கொண்டாலோ, சிகரெட் குடித்து தங்கள்

நுரையீரலை கெடுத்துக் கொண்டாலோ, போதைப் பொருட்களை உட்கொண்டு கிட்னிகளைக் கெடுத்துக் கொண்டாலோ — அவர்களுக்கு உதவுவது காப்பீட்டு நிறுவனம் தான். தங்களைக் காப்பீடு செய்து கொண்ட நபர்கள் சின்ன ஆக்ஸிடெண்ட் என்று சிகிச்சைக்கு வந்தாலும் அப்போது தேவையிருக்கும் உறுப்பை கழற்றி எடுத்துக் கொள்வார்கள். அப்படி எந்த உறுப்பை வேண்டுமானாலும் எடுத்துக் கொள்ளும் அனுமதியை ஏமான் தேச காப்பீட்டு மசோதா வழங்கியிருக்கிறது.

உலக நாடுகளில் பல பேருக்கு அதிகமான உறுப்புகள் தேவைப்படுகிற போது, புதிய புதிய சலுகைத் திட்டங்களை அறிவித்து புதிய பாலிசிகளை ஏமான் தேசத்து பொது மக்களிடத்தில் விற்று விடுவார்கள். அரசு பலசரக்கு கடைகளில் கூட, வெங்காயம், கத்தரிக்காய் போன்ற விலை உயர்ந்த பொருட்கள் வாங்கும் போது இந்த இன்சூரன்ஸ் பாலிஸிகள் இலவசமாக வழங்கப்படும். பலவிதமான இலவச அறிவிப்புகள், திட்டங்கள் மூலம் பெரும்பாலான ஏமான் தேசத்து மக்கள் காப்பீட்டுத் திட்டத்திற்குள் வந்து விட்டார்கள்.

காப்பீட்டுத் திட்டத்தின் அடிப்படையில் ஒவ்வொரு பாலிஸிதாரரின் முழு உடலும் காப்பீடு செய்யப்படுவதால், அதைப் பராமரிக்கும் பொறுப்பும் கம்பெனிகளுக்கு வந்து விட்டது. ஒருமுறை பற்களை நீக்கும் அறுவை சிகிச்சையிலிருந்து கிடைத்த பற்களை வெளிநாட்டிற்கு விற்க முயன்ற போது புதிதாக ஒரு சிக்கல் முளைத்தது. அந்தப் பற்கள் கறை படிந்து காணப்பட்டதால் உறுப்புகளை வாங்கும் நாடுகள் அவற்றை வாங்க மறுத்ததுடன், ஏமான் தேசத்திலிருந்து ஏற்றுமதி செய்யப்படும் பற்கள் கறைபடிந்தவை என்று உலக அரங்கில் அறிவித்து, தடையும் செய்து விட்டன.

உள்ளுறுப்புகளுக்கான பங்குச் சந்தையில் ஏமான் தேசத்தின் பற்கள் விலை குறைந்தன. பற்களை அறுவை சிகிச்சை செய்து அகற்றிய செலவைக்கூட பற்களை விற்றுப் பெற முடியவில்லை. சர்வதேச அளவில் ஏமான் தேசத்துப் பற்களைப் பற்றி வதந்திகள் உலவின. ஏமான் தேசப் பொதுமக்கள் யாருக்கும் — மிஸ்டர் ட உட்பட பல் துலக்கும் வழக்கமில்லை என்ற செய்தியும் ரகநூல் உட்பட பல சமூக வலைதளங்களில் வேகமாகப் பரவின. தேச பக்தர்கள், ஏமான்

படை, மிஸ்டர் டீயின் அபிமானிகள் என அனைவரும் பெரும் கோபம் கொண்டு ரோடுகளில் பல்துலக்கும் போராட்டத்தை அறிவித்தார்கள்.

மிஸ்டர் டீ கோபம் தணிந்த பிறகு இந்த விஷயத்தை சரி செய்வதற்கும், சர்வதேச அளவில் ஏமான் தேசத்திற்கு ஏற்பட்ட தலைகுனிவைப் போக்குவதற்கும் ஒரு திட்டத்தை அறிவித்தார். அதுதான் “பல் சுத்தமே பரிசுத்தம்” திட்டம். ஏமான் தேசத்தின் வழக்கப்படி வெளிநாட்டு முதலீட்டோடு, ஒரு உள்நாட்டு முதலாளி பல் சுத்த நிறுவனத்தைத் துவங்கினார். அதன் பெயரிலும் அரசு சேர்க்கப்பட்டு, அந்நிறுவனத்தின் கண்ட்ரோலும் அரசாங்க அலுவலகத்தில் வைக்கப்பட்டது. இத்திட்டத்தின் பிரதான நோக்கம் — காப்புரிமை செய்து கொண்ட ஒவ்வொரு நபரின் எல்லா உறுப்புகளும் இன்சூரன்ஸ் கம்பெனிக்கு சொந்தமானவை என்பதால், அவற்றைப் பராமரிக்க வேண்டியது ஒவ்வொரு தனிநபரின் கடமை என்பதை நினைவூட்டி, அவற்றைப் பராமரிப்பது.

பல் சுத்த நிறுவனங்கள் ஒவ்வொரு தெருவிலும் இறங்கி, கண்ணில் படும் நபர்களுக்கு எல்லாம் பல் துலக்கி விட ஆரம்பித்தார்கள். பிறரிடம் பேசுவதற்குப் பயன்படாத வாயை சுத்தமாக்கி வைத்து என்ன செய்யப்போகிறோம் என்ற கேள்வி ஏமான் தேசத்து மக்களிடம் ரகசியமாக கிசுகிசுக்கப்படுகிறது. சாப்பிடுவதற்கு மட்டும் பயன்படும் வாயை அவ்வப்போது சுத்தப்படுத்திக் கொண்டால் போதாதா? தினமும் பல் துலக்கி என்ன ஆகப்போகிறது? அதுவும் தனியாகப் பேசிக்கொள்வதற்கு வாய் கூடத் தேவையில்லை என்ற அடிப்படையில் பல் துலக்கும் வழக்கம் ஏமான் தேசத்திலிருந்து காலப்போக்கில் மறைந்துவிட்டதாக ஆய்வுகள் தெரிவிக்கின்றன.

சவுண்ட் சிட்டிக்குள் செல்வோர் மட்டும் அந்நகரின் நுழைவாயிலில் பல் சுத்தம் செய்து கொண்டு போய் பிறரோடு பேசினார்கள். ஆண்டுக்கொரு முறையோ, பல மாதங்களுக்கு ஒருமுறையோதான் அடுத்தவரோடு பேசுவதற்கு வாய்ப்பு கிடைக்கும் என்பதால் வாய் நாறினாலும் பேசிக் கொள்பவர்கள் பெரிதாக எடுத்துக் கொள்வதில்லை. இப்படி படிப்படியாக பல் துலக்கும் பழக்கம் ஏமான் தேசத்திலிருந்து விடைபெற்றுவிட்டது.

பல் சுத்த நிறுவனங்கள் பல் துலக்கி விடுவதற்காக வன்முறையையும் பிரயோகிப்பதாக சில ஊடகங்கள் செய்தி பரப்பின. அரசாங்கம் அறிவிக்கும் எல்லாத் திட்டங்களிலும் மிஸ்டர் டீயின் பார்வை தம் மீது விழுவதற்காக முதல் ஆளாக தங்களை இணைத்துக் கொள்ளும் முதலாளிகள் பல் சுத்த நிறுவனங்களுக்கு அழைப்பு விடுத்தனர். முதலாளிகளின் ஆதரவு பல் சுத்தமே பரிசுத்தம் திட்டத்திற்கு கிடைத்ததால், விதம் விதமான பல் துலக்கும் முறைகளை பல் சுத்த நிறுவனங்கள் அறிவித்தன.

உப்புள்ள பேஸ்ட்டுகள், மிளகாய் உள்ள பேஸ்ட்டுகள், நீளமான — தட்டையான, வளைந்த பிரஷ்கள், முழு வாயையும் ஒரே தடவையில் துலக்கி விடும் வட்ட வடிவ பிரஷ்கள், வட்ட வடிவ பிரஷ்களில் இயந்திரம் பொருத்தப்பட்ட ஆட்டோமேடிக் ஆப்ஷன் ...என்று பல் சுத்த வியாபாரமும் களைகட்டியது ஏமான் தேசத்தில். பற்களை மட்டுமே வைத்து வியாபாரம் பெருகி வருவதைக் கவனித்த அரசு நிறுவனங்கள் மூக்கு, கண்கள், கை— கால் சுத்தம், நகம் வெட்டுதல், தலை முடியைச் சீவுதல் ...என்று விதம் விதமான சுத்தத் திட்டங்களை அறிவித்தன. இப்படித்தான் கட்டாயக் குளியல் திட்டமும் அமுலுக்கு வந்தது.

ஏமான் தேசத்தில் ஒரு பகுதி மக்கள் உடலில் வியர்வை வழிய உழைப்பதால் குளிப்பது அவசியமான ஒன்றாக இருந்தது. ஆனால் பெரும்பகுதி மக்கள் வியர்வை வழிவதை நோயாகவே பார்த்தனர். ஏசி ரூமில் நாற்காலியில் அமர்ந்து வேலை செய்யும் போது வியர்ப்பதில்லை. அலுவலகப் பணியாளர்கள், அரசு நிறுவன ஊழியர்கள், தனியார் அமைச்சர்கள் என மிஸ்டர் டீ உட்பட பெரும்பாலோருக்கு வியர்ப்பதில்லை. இந்த வியர்வை எங்கிருந்து வருகிறது என்பதையும், இது உடலில் தோன்றும் ஒரு நோயின் அறிகுறியா என்பதையும் மருத்துவ விஞ்ஞானிகள் மிஸ்டர் டீயின் வேண்டுகோளின் பேரில் ஆய்வு செய்து வருகின்றனர். ஏமான் தேசத்தில் வியர்வையைப் பார்த்தும், வியர்ப்பவர்களைப் பார்த்தும் மறைமுக அச்சமே உருவானது.

வியர்வை குறித்த ஆய்வில் ஈடுபட்ட மருத்துவ விஞ்ஞானிகள் வியர்வை என்பது இயல்பானது தான் என்று புரிந்திருந்தாலும் கூட, அதனை ஆய்வு முடிவாக வெளியிடுவதில் சிக்கல் இருந்தது. மிஸ்டர் டீக்கு வாழ்நாளில் ஒரு முறை கூட

வியர்க்கவில்லை என்பதும், இந்த விஞ்ஞானிகளுக்கே வியர்த்ததில்லை என்பதும் தான் பிரதானமான சிக்கல்களாக இருந்தன. ஆய்வு முடிவை மிஸ்டர் டீ சரியாகப் புரிந்து கொள்ளவில்லை என்றால் ஆய்வுகளைத் தவறான வகையில் வழிநடத்தியதாக விஞ்ஞானிகள் குழுவை தண்டித்து விடவும், அவர்களின் தலைமுறைக்கே ஜீ விருது வழங்குவதைத் தடை செய்யவும் வாய்ப்புகளும் இருந்ததால் ஆய்வுக்குழு புதிய முடிவை எடுத்தது.

வியர்வை குறித்த முழுமையான ஆய்வை மேற்கொள்வதற்கு புராணங்களின் உதவி தேவைப்படுவதாகவும், ஏமான் தேசத்தின் புராணங்கள் பற்றிய மிகப்பெரிய ஆய்வை முதலில் துவங்கி — தொடர்ந்து வியர்வை பற்றிய ஆராய்ச்சியையும் நடத்தலாம் என்று பரிந்துரை செய்தனர். ஆய்வுக் காலம் முப்பது வருடங்களுக்கு மேல் நீட்டிக்கப்பட்டது. ஆய்வுக் காலம் முடிவதற்குள் மிஸ்டர் டீ வழக்கம் போல மறந்து விடுவார் என்பதால் விஞ்ஞானிகள் நிம்மதியாக தங்கள் ஓய்வைத் தொடர்ந்தார்கள்.

கட்டாயக் குளியல் திட்டம் நடைமுறைக்கு வந்த போது ஏமான் தேச மக்கள் கொஞ்சம் குழம்பித்தான் போனார்கள். வியர்வை இல்லாத மக்கள் எதற்குக் குளிக்க வேண்டும்? வியர்வை என்பது நோய் என்றால் குளியல் என்பது சிகிச்சைதானே? ஏன் நோயில்லாதவர்களுக்கு சிகிச்சை அளிக்க வேண்டும்? எல்லா மக்களும் குளிக்க வேண்டும் என்று கட்டாயக் குளியல் சட்டம் போட்டால், சர்வதேச அளவில் ஏமான் தேசம் நோயுள்ளோர் நாடாக அல்லவா பார்க்கப்படும்? இப்படி ஊடகங்கள் விதவிதமான சந்தேகங்களைக் கிளப்பின. அமெரிக்க நிறுவனம் ஒன்று, கட்டாயக் குளியல் திட்டத்திற்காக பெரும் நிதி ஒன்றை அளிக்கத் தயாராக இருந்தது.

பல் சுத்தத் திட்டம், கட்டாயக் குளியல் திட்டம் என்று நிறுவனங்கள் களமிறங்கி விட்டன. ஏமான் தேச மக்களுக்கு வேலைகளுக்குப் போவதை விட, இந்த நிறுவனங்களிடம் சிக்காமல் தப்பிப்பதே பிரதான வேலையாக மாறிவிட்டது. சவுண்ட் சிட்டி போன்ற பேசும் நகரங்களில் கூட சுத்தக் கண்காணிப்பாளர்கள் நியமிக்கப்பட்டனர். எல்லா நடிகர்களும், விளையாட்டு வீரர்களும் பல் சுத்தம், உடல் சுத்தம் என்று விளம்பரப்படங்களில் நடிக்க ஆரம்பித்தார்கள்.

சுத்த நிறுவனங்களின் வன்முறையைக் கண்டித்து, அதன் துவக்க காலத்திலேயே போராட்டத்தைத் துவங்கியவர்தான் என் நண்பர் தமிழாசிரியர்.

8

தமிழாசிரியரின் தலைப்பு வைக்கப்படாத சிறுகதை

கிரேக்கத்தின் அடிமை வம்சம் முழுவதும் அங்கு கூடியிருந்தது. கறுப்பாய், குள்ளமாய் உழைத்து உழைத்து ஓடு தட்டிப்போன முகங்கள் அந்த மண்மேட்டையே ஆவலோடு பார்த்துக் கொண்டிருந்தன.

எஜமானர்களிடமிருந்து ஞாயிற்றுக் கிழமை ஓய்வை போராடிப் பெற்றுத் தந்த அடிமைகளின் தலைவன் டயாலிசிஸின் ஒரே வாரிசு புரோமித்தஸ் இதோ வரப்போகிறான். அந்த ஞாயிற்றுக் கிழமை முழுதும் ஒரே கொண்டாட்டமாக இருந்தது. டயாலிசிஸின் உருவச் சிலை முன்பு கள் படைத்து விட்டு, எஞ்சியதை அனைவரும் குடித்து கும்மாளமிட்டபடி கூடியிருந்தனர் மக்கள்.

“என் மக்களே...” காற்றைக் கிழிக்கின்ற குரலில் புரோமித்தஸ் அழைப்பு விடுத்தான். ஒரு சின்னக் கச்சை அவன் இடுப்பைச் சுற்றி மானம் காத்தது. அந்த லினன் துணியை ஒட்டி, ஒரு குறுவாள் கயிற்றால் பிணைக்கப்பட்டிருந்தது. இந்த குறுவாளைக் கொண்டு தானே மொத்த அடிமை வம்சத்தையும் அழிவுகளிலிருந்து காத்தான் புரோமித்தஸ்?

வெளிச்சம் சிறிதுமற்ற இருட்டுப் பகுதியில், தன் கைகளை அடிமை முகங்களை நோக்கி நீட்டியிருந்தான் புரோமித்தஸ். அவனை நிழலுருவாய்க் காண்பதிலும், அவன் முன் நிற்கிறோம் என்ற உணர்வுகளிலும் உறைந்து போயிருந்தது கூட்டம்.

“என் மக்களே. டயாலிசிஸ் தந்தையின் ஆசீர்வதிக்கப்பட்ட அடிமை வீரர்களே. நம் வம்ச வரலாற்றில் இது ஒரு வெற்றிப் பயணம். இதற்கு முன்னால் இப்படியொரு அழைப்பு நம்மில் யாருக்கும் கிடைத்ததில்லை. ஒலிம்பிய மலையின் அப்பலோனியக் கடவுள்கள் உங்கள் புரோமித்தஸை அந்த புனித மலைக்கு அழைக்கிறார்கள்...”

மக்கள் ஆரவாரம் செய்தனர். கறுப்புச் சூழ்ந்திருந்த அந்த அடர் இருளிலும் கூட்டத்தின் குதூகலம் புரோமித்தஸுக்குத் தெரிந்தது.

“இருளின் மக்களே... ஒலிம்பிய மலையின் உயரத்திலிருந்து உங்களுக்குத் தேவையானவைகளை நான் தருகிறேன். தந்தையின் ஆணைப்படி ஞாயிறுகளைக் கொண்டாடுங்கள். அடிமைகளின் சுதந்திரநாள் அது ஒன்றே.” புரோமித்தஸ் புன்முறுவலோடு இருளுக்குள் நடக்கத் தொடங்கினான். கூட்டத்தின் ஒரு பகுதியினர் புரோமித்தஸின் பின்னால் ஒலிம்பிய மலையின் அடிவாரம் வரை வந்தனர். கல்மேட்டின் மீது கால் பதித்தபடி தன் மக்களைத் திரும்பிப் பார்த்து கையசைக்கிறான் புரோமித்தஸ்.

“போய் வருகிறேன். டயாலிசிஸ் உங்களைக் காப்பார்” ஒலிம்பிய மலையின் இருள் வெள்ளத்தின் இடையே நடந்து, சரிவாக ஏறினான். அப்பலோனியக் கடவுள்களின் காவல் படையினர் மலை வாயிலில் காத்துக் கொண்டிருந்தனர். புரோமித்தஸைக் கண்ட வியப்பு, அவர்களுக்குள்ளும் ஆச்சரியம் பாய்ச்சியது.

“வாருங்கள் புரோமித்தஸ். ஜூபிடர் உங்களுக்காக காத்துக் கொண்டிருக்கிறார்”. அவர்களோடு மலையின் மேல் நடக்கத் துவங்கினான். உச்சி மலையின் உச்சப் பகுதியில் புனித வாயில் அவர்களுக்காக அகலத் திறந்தது. கறுப்பு மகனுக்காக புனித வாயிலின் முதல் திறப்பு இது.

உள்ளே நுழைந்ததும் புரோமித்தஸின் கண்களில் வெளிச்ச வெள்ளம் ஆச்சரியம் தந்தது. “காவலர்களே. அது என்ன?” புரோமித்தஸின் கைகள் நெருப்பு வெளியை நோக்கி நீண்டிருந்தன.

“அது நெருப்பு. ஒலிம்பிய மலைக்கு வெளிச்சம் பாய்ச்சும் அபூர்வச் சூரியன்” பெருமை பொங்க பதில் சொன்னவாறே,

அந்த அப்பலோனிய உலகின் அற்புதத்தைக் கடந்து போனார்கள். புரோமித்தஸ் திரும்பிப் பார்த்தான்.

“இந்த சொர்க்க நெருப்பின் சின்னப் பகுதி — நம் அடிமை மக்களின் இருளைப் போக்குமே”. மைய மண்டபத்தின் வாசல் வந்திருந்தது. காவலர்கள் உள்ளே கைநீட்டினர். “எங்கள் புனிதமிகு ஜூபிடரின் சபை உங்களை வரவேற்கிறது. உங்கள் அடிவாரத்து அடிமைகளின் அழுக்குகளை எல்லாம் மனதிலிருந்து தூர எறிந்து விட்டு உள்ளே செல்லுங்கள்”. வாயிலைச் சுற்றிலும் நிறைய காவலர்கள் நின்றிருந்தனர். புரோமித்தஸ் சிந்தனை வயப்பட்டவனாக உள்ளே நுழைந்து, புனித அரங்கு புகுந்தான்.

“வாருங்கள் புரோமித்தஸ். அடிமை உலகின் அன்பு வாரிசே வருக. அப்பலோனிய புனிதத் தலத்தின் அற்புதங்கள் உங்களை வரவேற்கின்றன” வரிசையாய் நின்றிருந்த ஸ்டார்ஸ், ஜியூஸ் மற்றும் ஜூபிடர் ஒருமித்த குரலில் வரவேற்றனர்.

“வரலாற்றில் நிகழ்ந்தே இராத — அடிமைக் கலப்பினத்தின் ஆதரவுக் குரல் இப்போது ஒலிக்கிறது. இருளின் மக்களை ஆசீர்வதித்ததற்கு வணங்குகிறேன்” புரோமித்தஸ் புன்னகையோடு தலைகவிழ்ந்தான். ஜூபிடரின் முகத்தில் உணர்ச்சிக் கலவைகள்.

“இல்லை புரோமித்தஸ். இல்லை. எங்கள் அன்பும், ஆசீர்வாதமும் உன் ஒருவனுக்கேயன்றி, உன் அடிமைகளுக்கு இல்லை”. புரோமித்தஸ் இதை எதிர்பார்க்கவில்லை என்றாலும் மீண்டும் புன்னகைத்தான்.

“புராண மக்களின் மேம்பட்ட கடவுள்காள். நானும், என் கூட்டமும் வேறல்லவே.”

அப்பலோனியர்களுக்கு ஆச்சரியமாக இருந்தது. “இருக்கலாம் புரோமித்தஸ். ஆனால் நாங்களும் — எம் மக்களும் இரு வேறாய் பிரிந்துள்ளோம். அவர்களுக்கும் எங்களுக்கும் இடையில் ஒரு புனிதப் பாலம் மட்டுமே இருக்கிறது. சாதாரண மனிதர்கள் எங்களை அடைவதே அபூர்வம்”.

ஜியுஸ், ஜூபிடரை ஆமோதித்தார்.

“நீயும் இப்போது ஒலிம்பிய மலையில் ஒன்றாகி விட்டாய்.

உன் மனிதத்தனங்களை இப்போதே இறக்கி வைத்து விடு.."

"ஆனால். என் தந்தை டயாலிசிஸ் எனக்கு அப்படிப் போதிக்கவில்லை. நாம் மனிதர்களுக்குடையவர்கள். மனிதர்கள் நம்முடையவர்கள். நாமும் மனிதர்களும் வேறானவர்களல்லர்." புரோமித்தஸின் வார்த்தைகள் அப்பலோனியர்களை விடுவதாய் இல்லை.

"சரி புரோமித்தஸ். பிறகு விரிவாகப் பேசலாம். புராண பூமியில் விவாதங்களுக்கு இடமில்லை என்பதை மறந்து விடாதே. எங்கள் அழைப்பை ஏற்று புனித மையம் வந்திருக்கிறாய். உனக்கு என்ன வேண்டும் கேள்" ஜுபிடர் வினவ, புரோமித்தஸின் புருவங்கள் முடிச்சிட்டன. ஒரு நிமிடம் கண்களை மூடி, பின் வாய் திறந்தான்.

"எது கேட்டாலும் தருவீர்களா ஜுபிடர்?" ஸ்டார்ஸ் கேலியாய் சிரித்து விட்டுச் சொன்னார். "ஒரு அடிமைகளின் அரசன் கேட்பதைக் கொடுக்க முடியாத அளவிற்கு அப்பலோனியர் ஏழைகள் அல்லர்". புரோமித்தஸின் மனதில் நம்பிக்கை சுடர் விட்டது.

"சரி அப்படியானால் புனித மையத்தின் வெளிச்ச நெருப்பை என் இருள் மக்களுக்காக இப்போதே கொடுங்கள்".

"புரோமித்தஸ்..."

ஜுபிடரின் அலறல் ஒலிம்பிய மலையையே உலுக்கியது. ஸ்டார்ஸும், ஜியூசும் அருகில் வந்தனர். "என்ன கேட்கிறோம், யாருக்குக் கேட்கிறோம் என்பதைத் தெரிந்து கொண்டுதான் கேட்கிறாயா புரோமித்தஸ்?" புரோமித்தஸ் இரு கைகளையும் இடுப்பில் தாங்கி நின்றான்.

''ஆமாம்... தெரிந்தும், புரிந்தும் தான் கேட்கிறேன். நெருப்பை தர முடியுமா? முடியாதா? டயாலிசிஸின் வீர ரத்தம் புரோமித்தஸைப் பேச வைத்தது.

"அது புனித நெருப்பு. உன் மக்கள் அடைகிற அளவிற்கு அது தாழ்ந்து போய் விடவில்லை. நீ ஒலிம்பிய மலையில் தங்குவதற்கு தகுதியற்றவன். திரும்பி உன் அடிமைகளிடமே ஓடிப்போ... " ஜுபிடரின் உறுமல் மேகங்களை கதிகலக்கியது. புரோமித்தஸ் தன் குறுவாளினை உருவியபடியே சொன்னான், "போகிறேன். ஆனால் அந்த புனித நெருப்போடு. என்

மக்களுக்குப் பயன்படும் எதையும், எங்கேயும் நான் விட்டு விட்டுப் போனதாக சரித்திரம் இல்லை”.

அப்பலோனியக் காவலர்கள் புரோமித்தஸை சூழந்து கொண்டார்கள். அவனின் ஒற்றைக் குறுவாள் அத்தனை பேரின் பெருவாள் சுழற்சியில் பணிந்து போனது.

“அவனைச் சிறையில் இடுங்கள்” ஜூபிடரின் ஆணையை ஏற்று புரோமித்தஸை சுற்றி காவலுக்கு நின்றனர். புரோமித்தஸின் மனம் கொந்தளித்தது. “இருட்டிலிருக்கும் என் மக்களுக்கு வெளிச்சம் தந்தே தீருவேன்” உடலின் பலம் மொத்தமும் தசைகளில் ஏறி நின்றது. நரம்புகளில் முறுக்கேறி நிமிர்ந்து பார்த்தான். “தந்தையே ட .யா. லி. சி. ஸ்” அவனின் உரத்த குரலில் காவலர்கள் கலைவதற்குள், சங்கிலிக் கண்ணிகள் அறுந்து தெறித்தன. உயர்த்திய கைகளோடு வரும் புரோமித்தஸைக் கண்டு காவலர்கள் தெறித்தோடினர்.

மிக மெதுவாக சூரியன் கண்விழிக்கத் தொடங்கிய வேளையில், புரோமித்தஸ் மூச்சிறைக்க அந்த ஒலிம்பிய மலையின் அற்புதத்தின் முன்னால் மண்டியிட்டான். “புனித நெருப்பே... அடிமைகளின் வாழ்வில் ஒளியேற்றப் போகும் உனக்கு என் வணக்கம்”. நெருப்பு எரிந்து கொண்டிருந்த மண் கலயத்தை இரு கைகளாலும் ஏந்தினான்.

உயர்த்திப் பிடித்த வெளிச்சத்தோடு ஒலிம்பிய மலையின் எல்லை நோக்கி ஓடினான் புரோமித்தஸ்.

இருளில் மூழ்கியிருந்த அடிமை மக்கள் குடில்களில் வெளிச்சம் பரவத் துவங்கியது.

அதோ... கிழக்கிலே சூரியனின் விடியல் — வானத்தின் கருமையை, வெண்மையாக்கிக் கொண்டிருந்தது.

9

ஏமான் சாஸ்திரம்

ஏமான் சாஸ்திரம் — எந்த நூலின் முற்பகுதியோ அல்லது தொடர்ச்சியோ அல்ல. ஏற்கனவே வெளிவந்த அர்த்த சாஸ்திரம், மனுதர்ம சாஸ்திரம் போன்றவைகளில் இதே கருத்துக்கள் காணக் கிடைத்தால் ஏமான் சாஸ்திரத்தின் முன்னோடிகள் எல்லாக் காலங்களிலும் வாழ்ந்திருக்கிறார்கள் என்று புரிந்து கொள்க.

சாற்று கவி

ஏமான் சாஸ்திரம் என்பது பன்னிரெண்டு அத்தியாயங்களையும், 2684 ஸ்லோகங்களையும், 356 பக்கங்களையும் உடையது. ஏமான் தேசத்து மக்கள் யாவருக்கும் உபயோகமாகும் பொருட்டு, ஃபைவ் ஜீ மிஸ்டர் டீ கேட்டுக் கொண்டபடி, தமிழில் மொழிபெயர்த்து வசனரூபமாகச் செய்து தர்ம நூலை பிழையறத் திருத்தி, சுருக்கமாகப் பதிப்பிக்கப்படுகிறது என்பது இதன் பொருளாகும்.

அத்தியாயம் 1 - 31

அந்தக் கடவுளானவர் உலக விருத்தியின் பொருட்டு தன்னுடைய கண், மூக்கு, வாய், காது இவைகளினின்றும் பார்ப்போர், வீசுவார், பேசுவார், கேட்பார் இவர்களை கிரமமாக உண்டு பண்ணினார்.

அத்தியாயம் 11 - 84

பார்ப்போர் பிறவிச் சிறப்பாளன். தேவரும் மதிக்கத் தக்கவன். மனிதரில் உயர்ந்தவன். தேவமந்திரமே அவன் உயர்வுக்குக் காரணம். எனவே அவன் முடிவுப் படி நடக்க.

அத்தியாயம் 7 - 37

அரசன் பார்ப்போர் அறிவுரை கேட்பது நன்று. அது ஆக்கம் தரும். பார்ப்போர்களின் முடிவுக்கு புறம்பாய் நீதி வழங்கிய அரசர்கள் அழிந்தார்கள்.

அத்தியாயம் 9 - 317

தரையில் அக்னியை உருவாக்கினாலும், காட்டில் அக்னியை உண்டு பண்ணினாலும் அக்னியானது எப்படி மேல் நோக்கியே இருக்கிறதோ, அப்படியே பார்ப்போர் ஞானியாயிருந்தாலும், மூடனாயிருந்தாலும் அவனே மேலான தெய்வம்.

அத்தியாயம் 2 - 135

பத்து வயதுள்ள பார்ப்போரையும், நூறு வயதுள்ள வீசுவாரையும் தகப்பன் — பிள்ளையாக அறிய வேண்டியது. பார்ப்போர் தகப்பன் மரியாதையும், வீசுவார் புத்திர மரியாதையையும் வகிக்க வேண்டியது.

அத்தியாயம் 9 - 322

பார்ப்போர் இல்லாத வீசுவார் கடவுளோடு பேச முடியாததாலும், வீசுவார் இல்லாத பார்ப்போர் வாள் வீசிக் காப்பாற்றுவார் இல்லாததாலும் விருத்தியடைய மாட்டார்கள். இருவரும் கூடியிருந்தால் இம்மையிலும், மறுமையிலும் சுகப்படுகிறான்.

அத்தியாயம் 5 - 154

கணவன் துர் ஆசாரமுள்ளவனாக இருந்தாலும், அந்நிய ஸ்த்ரீலோலனாயிருந்தாலும் நற்குணம் இல்லாதவனாக இருந்தாலும் பதிவிரதையான ஸ்த்ரீயானவள் அவனைத் தெய்வத்தைப் போல் பூசிக்க வேண்டியது.

அத்தியாயம் 9 - 15

ஸ்த்ரீகள் கற்பு நிலையின்மையும், நிலையா மனமும், நற்பண் பின்மையும், விபச்சார தோஷத்தையும் உடையவர்கள்.

அத்தியாயம் 5 - 147

பாலியமாக இருந்தாலும், யவ்வனமாக இருந்தாலும், வார்த்தியாக இருந்தாலும் ஸ்த்ரீகள் தந்தன் வீடுகளில் தன் மனம் போனபடி ஒரு காரியத்தையும் செய்யக்கூடாது.

அத்தியாயம் 5 - 148

பாலியத்தில் தகப்பனின் ஆக்ஞையிலும், யவ்வனத்தில் கணவன் ஆக்ஞையிலும், கணவன் இறந்த பிறகு பிள்ளைகளின் ஆக்ஞையிலும் இருக்க வேண்டியதே அல்லாது, ஸ்த்ரீகள் தன் சுவாதீனமாக ஒருபோதும் இருக்கக் கூடாது.

அத்தியாயம் 4 34

ஆண்கள் பெண்களை நிர்வகிக்கக் கூடியவர்களாவர். ஏனெனில் அவர்களில் சிலரை விட சிலரை கடவுள் மேம்படுத்தி வைத்திருக்கிறார். நல்ல பெண்கள் என்போர் கடவுளுக்கு அஞ்சி தங்கள் கணவனுக்கு பணிந்து நடப்பவர்கள். அப்பெண்களாகிய அவர்களில் எவர்கள் தம் கணவனுக்கு மாறு செய்வார்களென்று நீங்கள் அஞ்சுகிறீர்களோ அவர்களுக்கு உபதேசம் அளியுங்கள். அதிலும் திருந்தாவிட்டால் அவர்களை லேசாக அடியுங்கள்.

அத்தியாயம் 4 - 03

உங்களுக்குப் பிடித்தமான பெண்களை இரண்டிரண்டாகவோ, மும்மூன்றாகவோ, நன்னான்காகவோ மணந்து கொள்ளுங்கள். ஆனால், நீங்கள் இவர்களிடையே நீதமாக நடக்க முடியாது என்று பயந்தால் ஒரு பெண்ணையே மணந்து கொள்ளுங்கள். அல்லது உங்கள் வலக்கரங்கள் சொந்தமாக்கிக் கொண்ட அடிமைப் பெண்ணானவளைக் கொண்டு போதுமாக்கிக் கொள்ளுங்கள்.

அத்தியாயம் 9 - 59

பிள்ளையில்லாமல் அந்தக் குலம் நசிகிறதாயிருந்தால் அப்போது அந்த ஸ்த்ரீ தன் கணவர், மாமனார் முதலியோரின்

உத்தரவு பெற்றுக் கொண்டு, தன் மைத்துனன் அல்லது தன் கணவனுக்கு ஏழு தலைமுறைக்குட்பட்ட பங்காளி ஆகியவர்களுடன் புணர்ந்து ஒரே ஒரு பிள்ளையை உண்டு பண்ணிக் கொள்ளலாம்.

அத்தியாயம் 9 - 52

ஒருவனின் மனையாளிடத்தில் மனையாளில்லாத மற்றொருவன் பிள்ளையையும் உண்டு பண்ணலாம்.

அத்தியாயம் 9 - 78

கணவன் சூதாடுகிறவனாயிருந்தாலும், குடியனாக இருந்தாலும், நோயாளியாக இருந்தாலும் அவனுக்கு மனைவி கர்வத்தால் பணிவிடை செய்யாவிட்டால் அவளுக்கு அலங்காரம், துணிமணிகள், படுக்கை இவற்றைக் கொடாமல் மூன்று மாதம் நீக்கி வைக்க வேண்டியது.

அத்தியாயம் 9 - 79

உன்மத்தன், பதிதன், பேடி, போகத்தில் மகிழ்ச்சியில்லாதவன், பாவப்பிணியினன் இப்படிப்பட்ட கணவரை பகைக்கிற மனைவியருக்கு விலக்குதலும், ஆடை ஆபரணம் முதலியவற்றைக் கவர்தலும் இல்லை.

10
குறிப்பேட்டிற்குள் இருந்த கவிதை

தமிழாசிரியரின் குறிப்பேட்டிற்குள் இருந்த கோணைக் கழுத்தர்கள் தேசத்தின் கவிதைத் தாள்.

கலை இலக்கியாவின் கவிதை

ஒரு நாளைக்கு மூன்று முறை
மாதத்திற்கு முந்நூறு முறை
வருடத்திற்கு 33000 முறை
ஒரு பெண் பாத்திரம் தேய்க்கிறாள்
பாத்திரம் அவளைத் தேய்க்கிறது.
ஆனாலும் சொல்லிக்கொள்கிறாள்
வீட்டுல சும்மாதான் இருக்கேன் என்று.

சம்பாத்தியம்தான் வேலை என்றால்
சம்பளம் இல்லாத வேலைக்காக
மூன்று வேளை திண்பதற்காகவே
கோடானுகோடிப் பெண்வாழ்வைத்
தின்று புதைத்துவிட்டுச்
சொல்லிக்கொள்கிறீர்
'வாழ்க்கை கொடுத்ததாக
சொகுசா வீட்டுல வச்சுச் சோறு போட்டதாக"

சமைக்காமல் துவைக்காமல்

பாத்திரம் துலக்காமல்
ஒருநாள் பொழுதைக்கூட
வாழத்தெரியாத நிலைக்கு நீங்கள்
பாழாக்கிய பெண்மைக்கு
எதைக்கொடுத்து ஈடு செய்வீர்?

பெண்களை எப்படி மதிப்பதென்று
மிருகங்களிடம் கற்றுக்கொள்ளுங்கள்
உலகத்தீரே!

பெண்ணின் அனுமதியின்றி ஒரு
மிருகம் அதனைத் தொடுவதில்லை
கருவுற்ற பெண்ணை எந்த மிருகமும்
தொந்தரவு செய்வதில்லை
மூன்று வேளை திண்பதற்காக
குகைக்குள் அடைத்துவைத்து
எந்த மிருகமும் அதிகாரம் செய்வதில்லை

எந்த மிருகமும்
மதுமயக்கத்தில் வன்புணர்ந்து
கொலைசெய்ததில்லை
மிருகம் போலாவது வாழப்பழகுங்களேன்,

கோடிகளைக் கொட்டித்தந்து
குடலைப் புண்ணாக்கிச் சாகும் வள்ளல்களே!
உங்கள் அத்தனை சலம்பல் அடிஉதை
ஆபாசத்திற்குப் பின்னும்

எங்க விழுந்துகெடக்கானோ எனத்
தேடிவரும் மனைவி மக்களைவிடவா
மதுபாட்டில் பெரிதாய்ப்போனது?

'சீக்கிரமா செத்துத் தொலையட்டும்' என
ஊற்றிக்கொடுக்காமல் உங்களுக்காக
கண்ணீர்விடும், சண்டையிடும்
குடும்பத்திற்கு என்ன நன்றி செய்தீர்?

மல்லுக்கட்டும் கேரளத்திற்கு
இருமுடிகட்டும் பெருந்தன்மை ஆண்களே!

அ. உமர் பாரூக்

குடிநாறாத ஒரு பேருந்துப்பயணம்,
சிவந்த கண்களோடு உரசாத ஒரு தெருவை
உங்கள் பிஞ்சு மகளுக்கு எப்போது தருவீர்?

'குடிப்பது குற்றமல்ல, யார்தான் இப்போது
குடிக்காமல் இருப்பது? என்ற உங்கள் திமிர்த்தனம்தான்
செய்திகளில் செத்துக்கிடக்கும் பெண்களை,
கைதாகிச் சிறைசெல்லும் இளைஞனைப்
பாழாக்கிக் கொன்றது, கொல்கிறது.

இந்த டாஸ்மாக் நாட்டில்
குடிவன்முறையிலிருந்து உங்கள் மகளை,
குடிப்பழக்கத்திலிருந்து உங்கள் மகனை
எங்கே ஒளித்துவைப்பீர்?

டாஸ்மாக் வருமானம் போலவே
உயரும் பாலியல் கொலைகளை,
விபத்துகளை, மரணங்களை,
கோர மிருகத்தின் பக்கத்தில் இருப்பதாய்
உங்கள் மகளும் பதறும் குடிவெறியைத்
தடுக்காமல் போனால் நாம் உண்பது உணவா?

பென்சிலைக் காணோம் எனக் குழந்தை சொன்னால்
உனக்குப் பென்சில் வாங்கியே
சொத்துக் கரையுதெனக் கோபிக்கிறோம்.
ஓங்கி உயர்ந்து நின்று
வளம் தந்து அரசாண்ட மலைகளையே காணவில்லை
வாய்க்கால், கம்மா, குளம், ஏரி
இருந்த இடங்களையும் காணவில்லை.

பெற்ற குழந்தையின் உறுப்புகளை விற்றுச்
சொத்து சேர்ப்போமா?
சேர்ப்பதற்குப் பெயர் மக்கள் நலனாம்.

நம் மண்ணின் உறுப்புகளை
எவனோ தின்றுதீர்க்கவிடுவது
தொழில்வளர்ச்சியாம்.
ரோடுபோடத் தெரியாத நாட்டில்
கழிப்பறை இன்றிப் பெண் சாகும் நாட்டில்

அணுஉலையும் நியூட்ரினோவும்
உங்கள் பெருமைக்கு நாங்கள்
பலியாகிச் சாகணுமா?

உதைக்கும் கால்களை முத்தமிட்டு
சுரண்டும் விரல்களைக் கண்ணில் ஒற்றி
குதறும் விரல்களைக் கும்பிட்டுப்
பரம்பரை வியாதிகளையே பதவியில் வைத்தோம்
நம் தலைக்கு நாமே தீவைத்தோம்.

'தனியார்தான் நல்ல நிர்வாகம் தருவார்
நம் குடும்பத்தைத் தனியாருக்குவிடுவோமா?'
அந்நிய முதலீடு வளர்ச்சிதரும்
குடும்பத்திற்குள் அடுத்தவனை
முதல் போடச் சொல்வோமா?

அரசு, பதவி, அதிகாரம், படை,
நாடு, வளம் இத்தனை இருந்தும்
நிர்வாகத்தைத் தனியாரிடமும்
வரவுசெலவை அந்நியரிடமும் விட்டுவிட்டு
பதவியில் இருந்து என்ன கிழிப்பீர்கள்?
நாம் கேட்கக் கூடாதாம்.

முறுக்குக் கம்பெனிக்கு விற்ற பிள்ளைக்குக் கூட
வேலை உறுதி உண்டு.
ஆங்கில அடிமைகளை உருவாக்க நம்
ஆயுளைச் செலவளித்து
டைகட்டின பண்ணைக்கோழிகளாய்ப்
பிள்ளைகளை வளர்த்து,
கோட்டுப்போட்ட கொத்தடிமைகளாய்ப்
பன்னாட்டுக் கம்பெனிக்குப் பலிகொடுத்தோம்.

எவன் எவனோ இங்கு கம்பெனிவைத்து
எங்களைச் சுரண்டித் தின்று செல்ல
எங்கள் பிள்ளைகளை கொத்தடிமைகளாய்
எவன் எவனோ பயன்படுத்த
இங்கே எதற்கு அரசாங்கம்?

சர்ச்சுக்கு ஒரு கும்பிடு, மசூதிக்கு ஒரு கும்பிடு

கோயிலுக்கு ஒரு கும்பிடுன்னு எதைக் கண்டாலும்
கன்னத்துல போட்டுக்கிட்டு நல்லாத்தானே இருந்தோம்.

சாமிகளை எதற்குத் தெருவிற்கு
இழுத்து வந்து நமக்குத் தீவைக்கிறான்?
இப்போது நாம் எதிர்க்காமல் விட்டு
நம் பிள்ளைகளைப் பாலைவனத்திலா விடப்போகிறோம்?
குப்பைக் காடாய்த் தமிழகத்தை
பலியாடுகளாய்த் தமிழ் மக்களை
வேட்டைநிலமாய் நம் மண்ணைக்
குறிவைத்து ஆபத்தைச் செய்கிறார்

நமக்கெதுக்கு அரசியல்?
பெண்கள் சீரியல் பாருங்கள்,
ஆண்கள் டாஸ்மாக் போங்கள்
குழந்தைகளுக்கு ஆயிரம் வேலைகள்

கூடி நின்று பேசினால்
அரசாங்கத் துப்பாக்கிவரும்
மூங்கில் கோளுக்குப் பயந்து பிச்சையெடுக்கும்
யானைகளாகவே நாம்
பிரச்சினைகளிலிருந்து ஒளிந்துகொள்வோம்.

நம்மைப்போல நம் பிள்ளைகள்
இந்த மண்ணில் வாழ
நீங்கள் நினைத்தால்
நீங்கள் நினைத்தால்

யோக்கியனாப் பார்த்து ஓட்டுப்போடுங்க
யோக்கியனா இருக்கும்வரைக்கும்
ஓட்டுப்போடுங்க.

– கலை இலக்கியா

11
தமிழாசிரியரின் மறைகாணல்

ஏமான் டைம்ஸ் பத்திரிகையின் சார்பில் நம் நிருபர்களின் கூட்டு முயற்சியில் தலைமறைவாக வாழும் தமிழாசிரியரின் பேட்டி இங்கு வெளியிடப்படுகிறது. அதென்ன மறைகாணல்? பேட்டி என்றால் நேர்காணல் என்று வெளியிடலாம். இது நேராகக் கண்டு எடுக்கப்பட்ட பேட்டி அல்ல, மறைந்திருந்து எடுக்கப்பட்ட பேட்டி என்பதால் மறைகாணல் என்று தலைப்பிட்டிருக்கிறோம்.

ஒருபுறம் நமது நிருபர்களும், இன்னொருபுறம் மறைக்கப்பட்ட திரைக்குப் பின்னால் தமிழாசிரியரும் அமர்ந்திருக்கின்றனர்.

இப்போது தமிழாசிரியர் உங்களுடன்.

நிருபர் : உங்கள் பெயர் என்ன?

தமிழ் : நிருபர்களுக்கு நாட்டு நடப்பு தெரியாது போலிருக்கிறது. ஏமான் தேச அரசால் பெயர்த்தடை செய்யப்பட்டவர்களில் நானும் ஒருவன். என் பெயர் பற்றிய கேள்வி எழுப்பி, நானே மறந்து விட்ட பெயரை வெளிக்கொண்டு வந்தால் நம் சட்டங்களின் படி நீங்களும் தண்டிக்கப்படுவீர்கள் என்பதை நினைவூட்டுகிறேன்.

நிருபர்: முதல் கேள்வியைக் கேட்கிறோம். நீங்கள் ஏன் மறைந்து வாழ்கிறீர்கள்?

தமிழ் : கம்பிகளுக்குப் பின்னே உங்களைப்போல அடிமையாக வாழ எனக்கு விருப்பமில்லை. எனவே மறைந்து சுதந்திரமாக வாழ்கிறேன்.

நிருபர்: நாங்கள் அடிமைகளாக வாழவில்லை.

தமிழ் : நீங்கள் ஏமான் தேசத்தின் குடிமக்கள். என் பெயரைத் தெரிந்து கொள்ளும் உரிமை உங்களுக்கு இல்லை. உங்கள் பெயரை நான் கேட்பதில் எந்தத் தடையும் எனக்கு இல்லை. பற்களை சுத்தம் செய்து கொள்ளவும், மலம் கழித்து விட்டு கழுவுவதா? துடைத்துக் கொள்வதா? என்பதையும் நானே முடிவு செய்கிறேன். உங்களைப் போல அமெரிக்க நிறுவனங்களிடம் ஆலோசனையும், உதவியும் கேட்டுக் கொண்டிருக்கவில்லை. உங்கள் வாய்களுக்கு போடப்பட்டிருக்கும் பூட்டுகளின் சாவிகள் எங்கிருக்கின்றன என்று எனக்குத் தெரியும். என் வாயில் பூட்டுக்களோ, சாவிகளோ இல்லை. யார் அடிமைகள் என்று இப்போது புரிந்திருக்குமே...

நிருபர் : நீங்கள் தடை செய்யப்பட்ட மதத்தைச் சேர்ந்தவர் என்று சொல்கிறார்களே.

தமிழ் : என்னை எந்த மதமும் பிடிக்கவில்லை. நான் மனித இனத்தைச் சேர்ந்தவன். அதை நான் சொல்லித் தெரியவேண்டியதில்லை. பேசுவதற்காக தமிழைப் பயன்படுத்துகிறேன். அதுதான் என் தாய் மொழி. இந்த இரண்டு அடையாளங்களை மட்டுமே இயற்கையின் வழியாக நான் அடைந்தேன்.

நிருபர் : அது உங்கள் கருத்தாக இருக்கலாம். ஆனால் நீங்கள் ஒரு மதத்தில் தானே பிறந்தீர்கள்? அது எந்த மதம்?

தமிழ்: பிறப்பிலிருந்து மதம் வருகிறது என்பதில்

எனக்கு நம்பிக்கையில்லை. இயேசு பிறந்தது யூத மதத்தில். அப்படியென்றால் இயேசு கிறிஸ்தவர் இல்லை. புத்தர் பிறப்பதற்கு முன் புத்த மதம் இல்லை. அப்படியென்றால் புத்தர் புத்த மதம் சார்ந்தவர் இல்லை. முகமது நபி எந்த மதம்? குருநானக், மகாவீரர், வள்ளலார், சாலை ஆண்டவர், சூபிக்கள், சித்தர்கள். இவர்கள் எல்லாம் எந்த மதம்? இஸ்லாமியர்களால் ஃபத்வா கொடுக்கப்பட்டவர்கள், இந்து மதத்திலிருந்து விலக்கி வைக்கப்பட்டவர்கள், கிறிஸ்தவ மத பீடங்களால் தண்டனை வழங்கப்பட்டவர்கள் எந்த மதமோ அந்த மதம் என்னுடையது.

நிருபர் : மிகவும் கோபப்படுகிறீர்கள் என்பது உங்கள் குரலில் இருந்து தெரிகிறது. மதம் பற்றி அப்புறம் பேசலாம். நீங்கள் எப்போது அரசாங்கத்தில் இருந்து முரண்படத் தொடங்கினீர்கள்?

தமிழ் : நான் மாணவனாக இருந்த போது தான் முதல் போராட்டத்தைத் துவங்கினேன். எனக்குப் பிடித்த ஒரு தமிழ்க் கல்வியை நான் தேர்வு செய்தபோது மத அடிப்படையிலும், சாதி அடிப்படையிலும் அந்தப் படிப்பு எனக்கு நிராகரிக்கப்பட்டது. கோணைக்கழுத்தர்கள் தேசத்தில் அவரவருக்கு ஒதுக்கப்பட்ட சாதி அடிப்படையிலான, மத அடிப்படையிலான கல்வி மட்டுமே வழங்கப்பட்டது. இப்போது நீங்கள் தூக்கிக் கொண்டு திரிகிற ஏமான் சாஸ்திரம் தான் இந்தக் கல்வி முறை ஏற்பட மூல காரணம். மிஸ்டர் டீ ஆட்சி ஏற்பட்ட போது (ஒவ்வொரு முறை தமிழாசிரியர் மிஸ்டர் டீயின் பெயர் சொல்லும் போதும் அச்சிட முடியாத எழுத்துக்களால் ஆன ஒரு சொல்லைப் பயன்படுத்துகிறார். எனவே ஊடக தணிக்கைச் சட்டப்படி மிஸ்டர் டீ என்றே குறிப்பிடுகிறோம்.) ஏமான் சாஸ்திரமும் அரியணை ஏறியது. பார்ப்போர்களுக்கு மட்டும் தான் ஆசிரியப்பணி என்றும், வீசுவார்களுக்கு கட்டுப்படுத்தும் பதவிகள் என்றும்,

அ. உமர் பாரூக் | 65

பேசுவார்களுக்கு வியாபாரப் படிப்புகள் என்றும், கேட்பார்களுக்கு உதவி செய்யும் பணிகள் என்றும், ஏமான் சாஸ்திரத்தின் பட்டியலில் வராத பிறருக்கும், என்னைப் போன்ற வேற்று மதங்களைச் சார்ந்தவர்களுக்கும் அடிப்படைக் கல்வி மட்டுமே வழங்கப்படும் என்று அரசாங்கம் அறிவித்தது. அதை எதிர்த்து நானும், இன்னும் சிலரும் ஏமான் சாஸ்திரத்தை கொளுத்தினோம்.

நிருபர்: உங்களோடு போராட்டத்தில் பங்கேற்றவர்கள் நிலை என்ன?

தமிழ்: அப்போதே நாங்கள் கல்லூரியில் இருந்து நீக்கப்பட்டோம். நெருப்பு தொடர்பான தீப்பெட்டி போன்ற பொருட்களை நாங்கள் வாழ்நாள் முழுவதும் தொடக்கூடாது என்று நீதிமன்றம் அறிவித்தது. என்னோடு போராடியவர்களை நான் வெவ்வேறு வடிவங்களில் சந்தித்துக் கொண்டேயிருக்கிறேன்.

நிருபர்: வெவ்வேறு வடிவங்களில் என்றால்.

தமிழ்: போராட்டக்காரர்கள் என்பவர்களை தனிமனிதர்களாகப் பார்க்கக்கூடாது. போராட்டம் இருக்கும் வரை போராடுபவர்கள் இருப்பார்கள். போராளிகளுக்கு மரணமில்லை. ஒவ்வொரு போராட்டத்திலும் போராளிகள் என்னோடு இருக்கிறார்கள். எனவே அவர்களை வெவ்வேறு உருவங்களில் சந்தித்துக் கொண்டேதான் இருக்கிறேன்.

நிருபர்: கல்லூரியை விட்டு துரத்தப்பட்டீர்கள் என்றால் எப்படி தமிழாசிரியர் ஆனீர்கள்?

தமிழ்: தமிழாசிரியர் என்பது பணியின் பெயர் அல்ல. அது பெயர் இழந்தவனின் பெயர்.

நிருபர்: அப்படியானால் நீங்கள் தமிழ் படிக்கவே இல்லையா?

தமிழ்: தமிழ் படிப்பதற்கு கல்லூரிக்குப் போக வேண்டும் என்ற கட்டாயம் இருக்கிறதா என்ன? நூல்களில் இருந்தும், என் தாயிடம் இருந்தும் தமிழ் கற்றேன்.

நிருபர்: உங்கள் அம்மா நிறையப் படித்தவர்களா?

தமிழ்: உங்கள் படிப்பு என்பது கல்லூரிகளில் இருந்து வருகிறது. நான் சொல்கிற கல்வி — கற்பிக்கும் நிறுவனங்களின் சுவர்களுக்கு வெளியில் இருந்து வருகிறது. என் தாய் நிறைய அனுபவங்களில் இருந்தும், நூல்களில் இருந்தும் படித்தவர்.

நிருபர்: அவர் பற்றிச் சொல்லுங்கள்...

தமிழ்: அவர் சின்ன வயதில் நிறைய கவிதை எழுதுவார் என்று கேள்விப்பட்டிருக்கிறேன். கறுப்பு நிற அங்கிகளுக்குப் பின்னால் அவர் மறைந்திருந்தாலும் அவர் யார் என்பதை அவர் எழுத்துக்கள் அடையாளம் காட்டின. எங்கள் மதத்தின் அப்போதைய நடைமுறையில் பெண்கள் கல்வி கற்க வெளியே வர மாட்டார்கள். மதம் தொடர்பான பயிற்சி மட்டும் வீடுகளுக்குள்ளேயே வழங்கப்படும். அவர் கவிதை எழுதத் துவங்கியது பலருக்கு அதிர்ச்சியைக் கொடுத்தது. கவிதை எழுதுவது ஹராம் என்று உறவினர்கள் சொன்னார்கள். ஆனாலும் அம்மா எழுதுவதை நிறுத்தவில்லை.

நிருபர்: அவர் கவிதைகள் எதில் பிரசுரமாகின? அவற்றை எங்கு பார்க்க முடியும்?

தமிழ்: அம்மா கவிதைகளை வெள்ளைத்தாளில் எழுதி ஒரு முறை வாசித்து விட்டு, அப்போதே கிழித்து விடுவார். அவருடைய படைப்புகள் பிரபஞ்ச வெளியில் பிரசுரமாகி இருக்கின்றன. இப்போதும் உரிமை மறுக்கப்படுகிற ஏதோ ஒரு சகோதரியின் விரல் வழியாக அவை மறுபிரசுரம் ஆகி வருகின்றன. அவற்றை

அறிந்து கொள்ளும் விழிகள் உங்களுக்கு இருந்தால் அவற்றை எப்போதும் பார்க்க முடியும்.

நிருபர்: உங்கள் தந்தை பற்றி.

தமிழ்: எனக்குத் தந்தை இல்லை.

நிருபர்: அப்படியானால்... கொஞ்சம் விளக்கமாகச் சொல்லுங்கள்.

தமிழ்: என் அம்மாவுக்குத் திருமணமாகவில்லை. ஒருமுறை அவர் தன் சகோதரனோடு நூல் நிலையத்திற்குச் சென்று கொண்டிருந்த போது கலாச்சாரக் காவலர்கள் இருவருக்கும் திருமணம் செய்து வைத்தார்கள். ஒரு ஆணும், பெண்ணும் தனியாக நடந்து செல்வது — பேசுவது இவற்றை எல்லாம் கணவன், மனைவி தான் செய்ய வேண்டும். தம்பதிகளாக இல்லாதவர்கள் இவற்றைச் செய்தால் அவர்களைத் தம்பதிகளாக மாற்றுவோம் என்று கூறி, அவர்களுக்குத் திருமணம் செய்து வைத்தார்கள்.

நிருபர்: அப்புறம் என்ன ஆச்சு?

தமிழ்: என் அம்மாவின் சகோதரர் தற்கொலை செய்து கொண்டார். அம்மாவிற்கு ஒரு கயிற்றை கழுத்தில் கட்டிக் கொண்டால் கல்யாணம் முடிந்து விட்டது என்பதிலோ, ஒரு மோதிரத்தை மாற்றிக் கொண்டாலோ அல்லது ஒரு கையெழுத்துப் போட்டு விட்டாலோ திருமணம் முடிந்து விட்டது என்பதிலோ நம்பிக்கை இல்லை. கோவிலுக்குச் சென்றதாலும், தாலி கட்டிக் கொண்டதாலும், சில இரவுகள் கடத்தப்பட்ட போது காணாமல் போனதாலும் அவர் தன் மதத்தில் இருந்து விரட்டப்பட்டார். அப்புறம் வாசிப்பதிலும், எழுதுவதிலுமே தன் நேரத்தைச் செலவளித்தார் அம்மா. கல்வி மறுக்கப்பட்ட பெண்களுக்கு கற்றுத் தருவதில் ஆர்வமாக இருந்தார்.

ஆண்கள் படித்துக் கிழித்தது போதும். ஆண்கள் எழுதிய அனைத்துமே இன்றைய அடிமை நிலைக்கு காரணமாக இருக்கிறது. இனி பெண்களே எழுதுவோம் என்பது அவர் முழக்கம். அம்மா தன் பிழைப்புக்காக பத்திரம் எழுதும் பணியைச் செய்து கொண்டு, சாகும் வரை வாழ்ந்தார்.

நிருபர்: நீங்கள் எப்போது பிறந்தீர்கள்?

தமிழ்: காலம் தட்டையானது. பிறந்த ஒரு நாளை நாம் மறுபடியும் பார்க்கப் போவதில்லை. வருடத்தின் எல்லா நாட்களையும் சோகத்தில் கழிப்பவர்கள் ஒரு நாளையாவது கொண்டாடுவதற்கு கண்டுபிடிக்கப் பட்டதுதான் பிறந்த நாள். வாழ்கிற எல்லா நாட்களும் மகிழ்ச்சி உருவாக வேண்டும் என்ற நோக்கத்தோடு உழைப்பவர்களுக்கு பிறந்த நாட்கள் இருக்க முடியாது.

நிருபர்: உங்கள் பிறந்த நாளைக் கேட்கவில்லை. உங்கள் அம்மாவிற்கு எப்போது திருமணமானது. ?

தமிழ்: எப்படிப் பிறந்தீர்கள் என்று கேட்கிறீர்கள். நானும் உங்களைப் போலவேதான் ஏதோ ஒரு மருத்துவமனையின் மருந்து நாற்றத்தில் பிறந்திருப்பேன். நமக்குத்தான் வீட்டில் பிறக்கும் உரிமை மறுக்கப்பட்டிருக்கிறதே. சரி சரி குழம்பாதீர்கள். சொல்லி விடுகிறேன். எனக்கு விவரம் தெரிந்த போது அம்மாவிடம் இருந்தேன். அப்பா என்ற ஒருவரை அவர் எனக்கு அடையாளம் காட்டவில்லை. நான் எப்போதுமே நிகழ்காலத்தை மட்டுமே நம்பக்கூடியவன். இறந்த நாட்களையோ, இல்லாத நபரையோ பற்றி எனக்குக் கவலையில்லை. தனக்குத் தெரிந்த எல்லாவற்றையும் எனக்குக் கற்றுத் தந்தார். அம்மாவின் பெயர் ஒரு மதம் சார்ந்ததாக இருந்ததால் எனக்கும் அதே மாதிரி பெயர் தரப்பட்டது. ஒரு இஸ்லாமியனாகவே நானும் அறியப்பட்டேன்.

நிருபர்: உங்கள் அப்பாவின் பெயர் உங்களுக்கு உண்மையில் தெரியாதா?

தமிழ்: எனக்கு ஒரு அப்பாவா, பல அப்பாக்களா என்று தெரியவில்லை. மதக்கலவரங்களில் பாலியல் வல்லுறவுக்கு ஆளாகிற பெண்களுக்குப் பிறக்கும் குழந்தைகள் என்னைப் போலவே அப்பாவையோ, அப்பாக்களையோ அறிவதில்லை. ஒவ்வொரு கலவரம் முடிகிற போதும் என்னைப் போன்ற இன்ஷியல் இல்லாத குழந்தைகள் ஏராளமாக உற்பத்தி ஆகின்றன. அப்பா பெயர் தெரியாத குழந்தைகளுக்கு கலவரத்தைத் தூண்டி விட்டவர்களின் பெயர்களைக் கூட அப்பா பெயர்களாக வைத்துக் கொள்ளலாம்.

நிருபர்: அப்படியென்றால் நீங்கள் ஒரு முஸ்லீம் என்று எடுத்துக் கொள்ளலாமா?

தமிழ்: அரேபிய நாடுகளில் அரபி பேசாத எல்லோரையும் “அஜமி” (ஊமை) என்று அழைக்கிறார்கள். இப்படிச் சொல்பவர்கள் மொழி வெறியர்கள். இஸ்லாமியர் இல்லை. இஸ்லாம் என்ற சொல் ஸலாம் என்ற சாந்தியிலிருந்து உருவாகிறது. சாந்தியும், சமாதானமும் உடையவர்கள் எல்லாரும் இஸ்லாமியர்கள் தான். அவர்கள் எந்த மதத்தில் பிறந்திருந்தாலும். அரேபிய முஸ்லீம்கள் பிற நாட்டு முஸ்லீம்களை நவ் முஸ்லீம் (புதிதாய் வந்தவர்கள்) என்று அழைக்கிறார்கள். இந்திய முஸ்லீம்களை ஹிந்துக்கள் என்றும் அழைக்கிறார்கள். மலேசிய முஸ்லீம்கள் இந்திய முஸ்லீம்களை ஏற்றுக் கொள்வதில்லை. இந்தியாவிலேயே பல தத்துவப் பிரிவுகள் முஸ்லீம்களிடம் இருக்கின்றன. அவைகள் நவீன சாதிகளாக உருமாறும் வாய்ப்பும் உண்டு. உலகில் உள்ள முஸ்லீம்கள் எல்லாம் வெவ்வேறு நாடுகளில் உள்ள முஸ்லீம்களை சமமாக நடத்துகிறவர்கள் என்ற தியரி உண்மையாக இருந்தால் நான்

முஸ்லீம் தான். உலகப் பொருட்களில் பற்றற்று எதையும் இல்லாதவர்களுக்காக துறக்கத் தயாராக புத்தர்கள் இருந்தால் நானும் புத்தன். வர்ணங்களும், சாதிகளும், மதவெறியும் இல்லாத இந்து மதம் இருந்தால் நான் இந்து. எல்லா மதங்களும் வெறியூட்டும் வேலையை மட்டும் செய்து கொண்டிருப்பார்கள் என்றால் எல்லோருக்கும் எல்லாமும் கிடைப்பதற்காக நான் கம்யூனிஸ்ட்.

நிருபர்: தடை செய்யப்பட்ட சொல்லைப் பயன் படுத்துகிறீர்கள். கவனம்...

தமிழ்: என் வாய் உதிர்க்கிற சொற்களை நான் மட்டும்தான் தடை செய்ய முடியும். உங்கள் மிஸ்டர் டீக்கு உரிமையானது அவருடைய வாய் மட்டும் தான். உங்களுடைய வாய்களை வேண்டுமானால் அவரிடம் அடமானம் வைத்துக் கொள்ளுங்கள். என்னை விட்டு விடுங்கள்.

நிருபர்: சரி... நாங்கள் எடிட் செய்து கொள்கிறோம். கல்லூரியில் இருந்து வெளியேற்றப்பட்ட பிறகு என்ன செய்தீர்கள்?

தமிழ்: என் அம்மா செய்து வந்த பத்திரம் எழுதும் தொழிலையே செய்து வந்தேன். அப்போதெல்லாம் டிஜிட்டல் டாகுமெண்ட்கள் இல்லை. கையில் எழுதித்தான் அரசில் பதிவு செய்வார்கள். எழுதும் வேலையைச் செய்பவர்கள் நிறையப் பேர் இருந்தார்கள். அதில் நானும் ஒருவன்.

நிருபர்: அந்தத் துறையினாலும் நீங்கள் தண்டிக்கப் பட்டிருக்கிறீர்கள்.

தமிழ்: ஆமாம். எல்லா சொத்துக்களும் சில நபர்களிடமே இருந்தன. அதிலும் ஆண்களிடம் மட்டுமே இருந்தன. பத்திரங்கள் எழுதும் போது பல மொழி கலந்து எழுதுவதும், பல பக்கங்கள் எழுதுவதும் வழக்கம். பத்திரங்களில்

நாங்கள் பயன்படுத்தும் மொழி தனி மொழியாக மாறும் அளவிற்கு நடைமுறை மொழியில் இருந்து அது மாறியிருந்தது. இதைப் பயன்படுத்தித்தான் என் மௌன யுத்தத்தை துவங்கினேன். சொத்துக்களைப் பதிவு செய்யும் போது அவர்கள் வீடுகளில் இருக்கும் யாராவது ஒரு பெண்ணின் பெயரிலோ, அல்லது சாட்சிக்கு அழைத்து வரப்படும் பணியாளர்கள் பெயரிலோ சொத்துக்கள் மாறுமாறு எழுதி விடுவேன். பத்திரத்தில் எழுதப்பட்டிருப்பதைப் புரிந்து கொள்ளும் அளவிற்கு மொழி இருக்காது. பக்கங்களும் அதிகம் என்பதால் இதனை என்னால் செய்ய முடிந்தது. அப்படி ஒருமுறை செய்த போது ஒருவர் கண்டுபிடித்துவிட்டார். அப்போது தான் எனக்கு தண்டனை வழங்கப்பட்டது.

நிருபர்: எவ்வளவு நாட்களாக இப்படிச் செய்து கொண்டிருந்தீர்கள்?

தமிழ்: நான் எழுதிய எல்லாப் பத்திரங்களிலும் இந்த மாதிரி வேலைகளில் ஒன்றைச் செய்து விடுவேன். பெண்களுக்கு மறுக்கப்படும் உரிமைகளின் செலவுத்தொகையும், பணியாளர்களுக்கு கொடுக்கப்படாத சம்பளமும் தான் சொத்துக்களாக மாறுகின்றன. எனவே சொத்துக்களை அதன் உண்மையான முதலாளிகளிடம் சேர்த்தேன். பதிவு முடிந்த பிறகு எப்போதாவது வெளியே இது தெரிந்துதான் போகும். ஆனால் சம்பந்தப்பட்ட பெண்ணின் கையெழுத்தோ, வேலைக்காரரின் கையெழுத்தோ இல்லாமல் சொத்தை திரும்பப் பெற முடியாது. பொருளாதாரம் என்பது பின்புலமாக நிற்கும் போது, உரிமையாக மாறும் போது அந்தப் பெண் வெளிப்பட ஒரு வாய்ப்பு பிறக்கிறது. தன்னை அறிந்து கொண்ட பிறகு அங்கு போராட்டம் துவங்குகிறது.

நிருபர்: இந்த யோசனை எங்கிருந்து வந்தது?

தமிழ்: என் அம்மாதான் இதை முதலில் செய்து கொண்டிருந்தார். பிறகு நானும் செய்தேன். என் அம்மாவிடம் கல்வி பயின்ற எல்லா பெண்களுமே இதைத்தான் செய்து கொண்டிருக்கிறார்கள். மிஸ்டர் டீயின் வீட்டிலே கூட இது நடந்திருக்கலாம். உங்கள் வீடுகளைக் கூட பரிசோதித்துக் கொள்ளுங்கள்.

நிருபர்: எல்லோரும் ஒரே மாதிரியாக படிக்காமலேயே பதிவு செய்தார்களா?

தமிழ்: இந்தக் காலத்தில் பல் தேய்ப்பதையும், குளிப்பதையும், தலை சீவுவதையும் கூட நிறுவனங்கள் தான் செய்கின்றன. தனி நபர்கள் தங்கள் தேவைகளை நிறைவேற்றுவதிலேயே காலத்தைச் செலவு செய்கின்றனர். இதே நிலை எல்லாக் காலங்களிலும் வெவ்வேறு வடிவங்களில் இருக்கத்தான் செய்தது. மனிதர்கள் எப்போதுமே நிகழ்காலத்தில் வாழமாட்டார்கள். செத்து நாறிப்போயிருக்கும் இறந்த காலத்தைப் பற்றி யோசித்துக் கொண்டிப்பார்கள் அல்லது கற்பனையில் மட்டுமே இருக்கும் எதிர்காலத்தைப் பற்றி எண்ணிக் கொண்டிருப்பார்கள். நிகழில் வாழ்கிற மனிதர்கள் குறைவு. எதிர்காலத்தைப் பற்றி பயப்படுகிறவர்கள் தான் சொத்துக்களை சேமிக்கிற மனநிலைக்கே வருகிறார்கள். இவர்களாவது வாசிப்பதாவது.

நிருபர்: ஏமான் தேசம் உருவான பிறகு நீங்கள் எதிர் கொண்ட பிரச்சினைகள் என்ன?

தமிழ்: மிஸ்டர் டீயும், அமெரிக்க அதிபரும் அடிக்கடி டீ சாப்பிட்டுக் கொண்ட பிறகு இங்கு பிரச்சினைகள் அதிகமாயின. அதற்கும் முன்னதாக கோணைக்கழுத்தர்கள் தேசத்தின் ஆட்சிக் காலத்திலேயே சிக்கல்கள் தோன்றின. மிஸ்டர் ஸேயின் சிலைகள் இங்கு நிறுவ முயற்சிகள் நடந்தன. ஒரு

சுதந்திரப்போராளியை தென்னாப்பிரிக்கத் தீவிரவாதியாக சித்தரிக்க முயன்றார்கள். கோணைக்கழுத்தர்கள் தேசத்தின் அரசியல் சாசனத்தை தங்கள் இஷ்டத்திற்கு திருத்திக் கொண்டார்கள். விஞ்ஞானிகள் புராண ஆராய்ச்சிகள் செய்வது, கலாச்சார காவலர்களின் திட்டம், சேய் மதத்தை விட்டு ஓடுதல் திட்டம்... என்று ஏமான் தேசத்தின் ஒவ்வொரு திட்டத்தையும் நான் எதிர்க்கிறேன். அது பற்றி மக்களிடையே கருத்துக்களை பரப்புகிறேன். சவுண்ட் சிட்டிகள் மூலமாக வெவ்வேறு நபர்களைச் சந்தித்து உண்மைகளை எடுத்துச் சொல்கிறேன். எப்போதும் ஏமான் தேச மக்கள் தனக்குத்தானே பேசிக் கொள்ளும் வேலையைத் தொடர மாட்டார்கள். எங்கள் விதைகள் முளைக்கின்ற ஒருநாள் வரும். அப்போது நாங்கள் என்ன செய்து வைத்திருக்கிறோம் என்பதை மிஸ்டர் டீ அறிந்து கொள்வார்.

நிருபர்: உங்களது சமீபத்திய போராட்டம் என்ன?

தமிழ்: ஏமான் தேசத்தின் மாதிரித் திட்டமான குசு ஒழிப்புத் திட்டத்தை எதிர்த்து, எல்லா அரசு அலுவலகங்கள் முன்னாலும் போய் குசுப்போடுவதும், தனியார் அமைச்சர்கள், அரசு ஆதரவாளர்கள் சாப்பிடும் உணவுகளில் மலச்சிக்கலை உருவாக்கும் ரசாயனங்களைக் கலந்து அவர்களையும் குசுப் போட வைப்பதும் எங்கள் திட்டம். உலக அரங்கில் ஏமான் தேசத்திற்கு தலைகுனிவை ஏற்படுத்துவதற்காகவே குசு ஒழிப்புத் திட்டம் அறிமுகப்படுத்தப்பட்டிருக்கிறது. உலக வெப்ப மயமாதலுக்கு மிக முக்கியமான காரணங்களில் ஒன்று — கார்பன் டை ஆக்சைடு வெளியேற்றம். அதனை மிக அதிகமாக வெளியேற்றும் மிகப்பெரிய தொழிற்சாலைகள் இயங்கும் நாடுகளை எல்லாம் விட்டு விட்டு, ஒரு தனி மனிதன் குசுப் போடுவதால் புவி வெப்பம் அதிகமாவதாகக் கூறுவது

முட்டாள் தனம். ஏமான் தேசத்தின் மக்கள் தொகை உலகிலேயே இரண்டாம் இடத்தில் இருப்பதால் குசுப் போடுவதில் அதிகமான கார்பன் டை ஆக்சைடை ஏமான் தேசத்து மக்கள் தான் வெளியிடுகிறார்கள் என்று அமெரிக்க ஆய்வாளர்கள் கூறுகிறார்கள். மிஸ்டர் டீயும் இதனை ஏற்றுக் கொண்டு, நிறையக் கடனை வாங்கி குசு ஒழிப்புத் திட்டத்தை கொண்டு வந்திருக்கிறார். அவருக்கு ஆதரவாக ஆன்மீகவாதிகளும் இறங்கி விட்டார்கள். தனி மனிதக் குசுதான் — உலகக் குசுவாக மாறுகிறது என்று ஆதரவு பிரச்சாரத்தில் இறங்கிவிட்டார்கள். இதை எதிர்த்துத்தான் நாங்கள் போராட்டத்தை துவங்கியிருக்கிறோம்.

நிருபர்: நாங்கள் என்றால் யார்?

தமிழ்: என்னைப் போன்ற பெயரற்றவர்கள். மதமற்றவர்கள். பிரிவற்றவர்கள். தமிழாசிரியர் என்பது என் பெயர் மட்டுமல்ல. எங்கள் எல்லோரின் பெயரும் தமிழாசிரியர்தான். உங்களுக்குள்ளும் தமிழாசிரியர் இருப்பார். தேவை ஏற்படும் போது உங்களில் இருந்து வெளிப்படுவார். அதுவரை உங்கள் தமிழாசிரியரை நீங்கள் பாதுகாத்துக் கொள்ளுங்கள்.

மறைகாணலின் நிறைவுப்பகுதி அடுத்த இதழில் நேர் காணலாக வெளியாகிறது. சில கேள்விகளில் ஆத்திரமடைந்த தமிழாசிரியர் திரையை கிழித்துக் கொண்டு வெளியே வந்த போது — மறைகாணல் நேர்காணலாக மாறிவிட்டது.

அடுத்த இதழில்...

மிஸ்டர் டீ பற்றி உங்கள் கருத்து?

உங்கள் வளர்ப்பு மதமான இஸ்லாமியம் பற்றி...

இப்போது தேசிய மதமாக ஏமான் மதத்தை அறிவித்திருப்பது பற்றி என்ன சொல்கிறீர்கள்?

...நிறைய பதில்களோடு காத்திருக்கிறார் தமிழாசிரியர்.

அ. உமர் பாரூக்

12
தமிழாசிரியரின் பெருவிரட் புராணம்

பா சுபதாஸ்திர பாதையின் இடறல் — பெருவிரட் புராணம்

போர்ப்பறையை ரீங்கரிக்கும் யாத்ரீகப் படலம்.

1
படலமாய்த் தொடர்கிற அம்புகளினிடையில்
வெற்றியுணர்த்தும் அந்தி.
ஏகலைவனின் கையுயர்த்தலில்
காணாமல் போன ஒரு பெருவிரலின் நிழல்
காலத்தின் கறையை
உமிழ்ந்து விட்டுச் செல்கிறது.

2
இதிகாசத்தின் இருண்ட வரலாறு
வெளிச்ச வெள்ளத்தை தரிசிக்க வேண்டி
காலம் உள்ளோடு உற்று நோக்குகிறது.

3
காட்டில் திரியும் கருநாயொன்று — வீரர்
கூட்டிற் புகுந்தது உயிரை மறந்து.

குருகுல பீடம்—
ஒற்றைக் காலுயர்த்திய
கருநாயின் அவசரத்திற்கு
அமைதியாய்ப் பணிந்தது.

சிறுநீர்க்கறையின் அறைந்திடும் நினைவில்
ஏகலவைனின் காண்டீபம் உயர
அச்சம் பின்னி அரண்டு நின்றது
துரோண சிம்மாசனம்.
அரணாய் நின்ற கானக மரங்களும்
கண்களை மூடி காற்றினை அழைத்தது.

விழிகளை விடுத்து கருவிழிக் கிளம்பலாய்
வில்லினுள்ளிருந்து கருநாய் நோக்கிய
அம்பு தெறித்தது.

தெறித்த அம்பின் கூர்முனை கண்டு
அச்சம் கொள்முன் இரத்தப் பொத்தலாய்
கருநாய் நெற்றி —
வில் திறத்திற்கு வாழ்த்துச் சொன்னது.

4
சொன்னது யார்? நாய்கொல் செய்தி.
காற்று அறியுமுன் — துரோணர் காது அறிந்தது.

"காண்டீபத்திற்கென்றே பிறந்தனன் விஜயன்.
காளகேய நிவாத கவுசரை அழித்து
வேடன் வழியாய் பாசுபதாஸ்திரம்.
சந்திர குலத்தின் சந்திப்பிழை இது"
துரோணத் துரோகியின் ஞான திருஷ்டி
அபாயம் அறிவித்தது.

5
அறிவித்தபடியே குருதட்சணைக்கு
கரத்தை நீட்டினார்.

காண்டீபக் கலையினை தாரை வார்த்து
பெருவிரல் பிடுங்கி
பேரிகை முழங்க — குரு

கரத்தினில் வைத்தான் ஏகலைவன்.
திக்குகள் எட்டும் கண்ணீர் வடித்தன.
புழுதியில் மறையும் புயலினைக் கண்டு.

6
சிலிர்த்த மேனியாய்
துரோணன் நின்றனன்
தெறித்த விரலிலா
ஏகலைவன் வரவால்.

"குருவே வந்தனம் — நின்
அழியா பெரும் தீஞ்செயலாலே
குருதி சிந்தினேன் —
குருவே வந்தனம்."

நீ மலையேயாவாய்.
அளக்க முடியா அறிவு கொண்டதில்.

நிலமேயாவாய்
அறியப்படாத பெருமை கொண்டதில்.

நிறையேயாவாய்
ஐயந்தீர்க்கும் நுண்புலம் கொண்டதில்.

மலரேயாவாய்
நற்கலையாலே உருவம் கொண்டதில்.

என் விரல் எடுத்ததில்
நீ குருவேயில்லை.
விற்கலை தந்த நீ — பெரு விரலைக் கேட்கிறாய்.
மற்கலை தந்தவன் — நம் கரங்களைக் கேட்பதோ?
உந்தை, தாயும் உன் உயிரையா கேட்டனர்?

இப்படிச் செயலினி நடவாதிருக்க
மாணவ வீரம் மடியாதிருக்க —
இதோ —
பாதிக்கப்பட்ட என் பாவத்தின் தீர்ப்பு.

துரோணர் பிறவியே துரோகக் குருவே.

உன் காண்டீபக் கலையை
எனக்குத் தாரை வார்த்திடு.
உன் பெருவிரல் துண்டம்
என்னிடம் தந்திடு.

கால இருளை கழுவிச் செல்லும் — அது
உன் பாவம் தீர பாடம் சொல்லும்.

7
பாடம் சொல்ல
துரோணர் பெருவிரல்
பீடமேறியதில்
பாரதப் போரைக்
காணாமல்
இன்னும் காலன்
தேடுகிறான்.

13

ஏமான் தேச விஞ்ஞானிகளின் திட்ட அறிக்கை

ஏமான் தேச அரசின் விஞ்ஞானிகள் குழு புதிய புதிய திட்டங்களை ஆலோசனைக்கு அனுப்பிக் கொண்டிருந்தது. ஏற்கனவே குழு அனுப்பிய புராண விமானக் குறிப்புகள் பெரும் வரவேற்பைப் பெற்றிருந்தன. எட்டாயிரம் ஆண்டுகளுக்கு முன்பே நான்கு புறமும் சீறிப்பாயும் விமானங்கள் இருந்தன என்ற நிரூபணம் உலக அரங்கில் ஏமான் தேசத்தை தலைநிமிரச் செய்தது.

அந்தக் கால பார்ப்போர் குல அறிஞர்கள், வீசுவார்களின் நிதி உதவியோடும், பேசுவார்களின் துணையோடும் பல கிரகங்களுக்கும், கண்டங்களுக்கும் சென்று வந்திருக்கிறார்கள் என்ற செய்தி உலக விஞ்ஞானிகளுக்குப் புதியது. புராண விமானக் கண்டுபிடிப்பின் நினைவாக ஏமான் தேசத்தில் தபால் தலைகள் அரசால் வெளியிடப்பட்டன. அஞ்சல் நிலையங்கள் பல ஆண்டுகளுக்கு முன்பே மூடப்பட்டு விட்டதால் தபால் தலைகளை வைத்து என்ன செய்வது என்று அறிக்கை தருவதற்காக ஓய்வு பெற்ற விஞ்ஞானிகளைக் கொண்ட குழு ஆராய்ந்து வருகிறது.

புராண விமானம் திட்டத்திற்கான தரவுகளைத் தேடிச் சேகரிக்க அமெரிக்க உதவியுடன் எல்லா கிரகங்களுக்கும் ஒரு குழு அனுப்பப்பட உள்ளது. பார்ப்போர்களின் காலடித்தடங்களோ, வேறு ஏதாவது ஆதாரங்களோ

கிடைக்கும் வாய்ப்பிருக்கிறது.

ஏமான் தேச அரசின் அறிவியல் அறிவைப் பின்தொடர்ந்து, வளைகுடா நாடுகள் தங்கள் பழைய நூல்களில் இருந்தும், 'ஆயிரத்தோரு இரவு அரபுக் கதைகள்' நூலை ஆய்வு செய்து அலாவுதீன் பூதத்தைக் கண்டுபிடிக்கும் ஆய்வுகளும் முடுக்கி விடப்பட்டுள்ளன. அரேபிய ஆய்வாளர்கள் அலாவுதீன் பூதம் என்பது ஹைபிரிட் மனிதர்கள் பற்றிய கண்டுபிடிப்பின் முன்னோடி என்று கருத்துத் தெரிவித்துள்ளனர்.

எதிர்கால வேலைத் திட்டங்கள்:

1. எதிரி நாடுகளின் தலைவர்களை எளிமையாகக் கொல்வதற்காக பில்லி சூனியக்குழு அமைத்தல். ஏமான் தேச விஞ்ஞானிகளைக் கொண்டு நம் திட்டங்களுக்கு தடையாக இருக்கும் சர்வதேச தலைவர்களுக்கு காசு வெட்டிப் போட்டு மாறுகால், மாறுகைகளை செயலிழக்க வைத்தல் மற்றும் இரத்த வாந்தி எடுக்க வைத்தல்.

2. தமிழ்நாட்டு எழுத்தாளர் பட்டுக்கோட்டை பிரபாகரின் "பிருந்தாவனமும் நொந்த குமாரனும்" நூலை ஆய்வு செய்து மின்சார உற்பத்தித் திட்டத்தை முன்மொழிதல். தன்னுடைய முழங்கையை கூழாங்கல்லில் இடித்து மின்சாரம் உருவாவதை உணர்ந்த சேட்டை கோபியை குழுவின் தலைவராக நியமித்தல். கூழாங்கல்லில் இருந்து மின்சாரம் வரவில்லை, எல்லோருடைய முழங்கைகளிலேயே மின்சாரம் வருவதற்கான அமைப்பு உள்ளது என்று புரிந்து கொண்டு, ஆய்வை மேலும் விரிவு செய்தல்.

3. சுமார் முந்நூறு வருடங்களாக மனிதர்களின் பொது எதிரியாக வளர்ந்து வரும் கொசுக்களை எந்த நாட்டு விஞ்ஞானிகளாலும் ஒழிக்க முடியவில்லை. புதிதாகக் கண்டுபிடிக்கும் விஷ மருந்துகளையும் கொசுக்கள் சாப்பிட்டு ஆரோக்கியமாய் வளர்ந்து விடுகின்றன. நேரடியாய் கொசுக்களைப் பிடித்து கடிக்கும் திட்டமும் தோல்வியில் முடிந்திருக்கிறது. கொத்தடிமைகளாக ஒப்பந்தம் செய்து கொண்டு வேலை பார்க்கும் தொழிலாளிகளை இந்த ஆய்வில் ஈடுபடுத்தி, அவர்களுக்கு விஷம் கொடுத்து — அதன் மூலம்

அவர்களைக் கடிக்கும் கொசுக்களைக் கொல்லலாம். இந்த ஆய்வின் நிதித் தேவை அதிகமாக இருக்கும். ஏனென்றால் சாப்பிடும் விஷத்தால் தொழிலாளிகள் மரணமடைவார்கள். புதிய தொழிலாளிகளைக் கண்டுபிடிக்க வேண்டும்.

4. உலக அரங்கில் எந்தெந்த நாடுகளோடு உறவு வைத்துக் கொள்ளலாம், எந்தெந்த நாடுகளை எதிரியாக மாற்றிக் கொள்ளலாம் என்பதை அரசு ஜோதிடர்களைக் கொண்டு முடிவு செய்தல். ஏனெனில் எதிர்காலக் கணிப்பின்றி, நாம் நட்பு நாடுகளாக முடிவு செய்த நாடுகள் திடீரென்று நம்மை எதிர்க்கின்றன. மிஸ்டர் டீக்கு விசா தர மறுக்கின்றன. இந்த ஆபத்துக்களை தவிர்ப்பதற்காக ஜோதிடக்குழுக்களை முழுமையாகப் பயன்படுத்த வேண்டும்.

மேற்கண்ட அறிவியலின் அடிப்படை ஆய்வுத் திட்டங் களுக்கு, அதன் பலனை எதிர்பாராமல் அரசு அளிக்கும் நிதிதான் வருங்கால அறிவியலை கட்டமைக்கும் காரணியாக இருக்கப்போகிறது.

14

சிலையுரிமைப் போராட்டம்

தமிழாசிரியர் பற்றிய செய்திகள் இப்போது அதிகமாகக் கிடைப்பதில்லை. சவுண்ட் சிட்டியிலும் தமிழாசிரியரை முன்பு போல பார்க்க முடியவில்லை. அவரைச் சந்திக்க முடிந்திருந்தால் ஏமான் தேசத்தில் தோன்றிய சிலை பற்றி இவ்வளவு குழம்பியிருக்க மாட்டேன். சிலையைப் பார்த்தவுடன் யாராக இருக்கும் என்று சொல்லிவிடுவது மட்டுமல்லாமல் அதனை வைத்தது யார், எதற்காக என்பது வரை விளக்கியிருப்பார்.

மிஸ்டர் ஸே சிலையைப் போல இல்லாமல் முழுமையாகத் தெரியும் சிலையாக இது இருந்தும் யாருடையது என்று கண்டுபிடிக்க முடியவில்லை. ஏமான் தேசத்தின் புதிய விஷயம் எதுவாக இருந்தாலும் அது தங்களுடைய கண்டுபிடிப்பால் வந்தது என்று சொல்லும் கலாச்சாரக் காவலர்களும் சிலை விஷயத்தில் அமைதி காத்தனர். அது தங்கள் தலைவர் ஒருவரின் சிலை என்றோ, அல்லது மிஸ்டர் டீயின் முன்னோர் சிலை என்றோ யாராவது சொல்வார்கள் என்று கூட காத்திருந்தேன். ஆனால் அப்படி எதுவும் நடக்கவில்லை.

அந்த சிலை யாருடையது என்று அறிவதில் எனக்கு ஆர்வம் கூடிக் கொண்டிருந்தது. பார்ப்போர்களின் சாதித் தலைவர் சிலை வந்த மறுநாள் அது தங்கள் முன்னோடித் தலைவர் ஒருவரின் சிலைதான் என்று அறிவித்தார். கோணைக்

கழுத்தர்கள் தேசத்தில் கோவில் அர்ச்சனைகள் எல்லாம் அவரவரின் தாய்மொழிகளில் செய்யும் முறை துவங்கிய போது, அதனை எதிர்த்து கடவுள்கள் மொழியில்தான் அர்ச்சனை நடைபெற வேண்டும் என்று போராடியவர் எங்கள் முன்னோடி. அவருடைய சிலைதான் இது என்று பார்ப்போர்களின் தலைவர் விளக்கினார்.

சிலை பிரச்சினை விசுவரூபம் எடுக்கத் துவங்கியது. பார்ப்போர் குலத் தலைவர் சிலைக்கு உரிமை கோரியவுடன், வீசுவார் குலம் எதிர்க்குரல் கொடுத்தது. நாடு காக்கும் போரில் வாள் வீசி தாய் மண்ணையும், மக்களையும், பார்ப்போர்களையும் காத்த இனம் வீசுவார் இனம். "கல் தோன்றி மண் தோன்றா காலத்தே வாளோடு முன் தோன்றிய மூத்த குடி" என்று சொல்லப்படுவது வீசுவார் குலத்தைத்தான். நாங்கள் காலம் காலமாக வாள் வீசும் வம்சம் என்று மீசை முறுக்கிய புகைப்படத்தோடு அறிக்கை வெளியிட்டார் வீசுவார் தலைவர்.

மிஸ்டர் டீக்கு சிலை யாருடையது என்று தெரிந்து விட்டது. ஆனாலும் வெளியில் சொல்ல முடியாது. சிலை யாருடையது என்று தெரியாமல் மறைத்து விடுவதற்காக தனக்குத் தானே ஆலோசித்துக் கொண்டிருந்தார் மிஸ்டர் டீ. அவருடைய சைலன்ஸ் கோட்டையும் மீறி, அவருடைய புலம்பல் சத்தம் அவருக்கே கேட்டது.

இப்போது புதிதாக கிளம்பியது — பேசுவார் குலம். "நம் மக்களுடைய பேசும் உரிமை முழுமையாகத் தடை செய்யப்பட்டிருந்த காலத்தில் கெஞ்சும் போர் நடத்தி, அரசை மிஞ்சியவர்கள் நாங்கள். இப்போது கிடைத்திருக்கும் தனக்குத் தானே பேசிக் கொள்ளும் உரிமையும், சவுண்ட் சிட்டி திட்டமும் எங்களுடைய தொடர் போராட்டத்திற்குக் கிடைத்த வெகுமதி. கெஞ்சும் போராட்டத்தை துவக்கி வைத்த இனமான தலைவர், கெஞ்சும் நெஞ்சருடைய சிலைதான் இது. ஆரம்ப காலத்தில் எங்களிடம் இரும்பு வேலை செய்து கொண்டிருந்த வீசுவார்கள் அவர்கள் செய்த வாள்களைக் காட்டி தங்களை அரசர்கள் என்று கூறிக் கொள்வதும், பார்ப்போர்களின் எந்த அடையாளமும் இல்லாத எங்கள் தலைவரைப் பார்த்து பார்ப்போர் என்று சொல்வதும் கேலிக்கூத்தானது."

பார்ப்போர், வீசுவார், பேசுவார் என்று எல்லா சாதிகளின் முயற்சிகளை முறியடிப்பதற்காக கேட்பார் குல வீரர்கள் ஆய்வுக் குழுவை அமைத்தார்கள். குழு ஒரு அறிக்கையை சமர்ப்பித்தது. "சிலையின் தலை மொட்டையாக இருப்பதை மட்டும் வைத்துக் கொண்டு அதற்கு குடுமி இருந்திருக்கலாம் என்ற அனுமானத்தை ஏற்க முடியாது. எனவே இது பார்ப்போர்களின் தலைவர் சிலை அல்ல. சிலையின் கையில் இருப்பது இரும்பு ஆயுதம் அல்ல. அது கோணைக்கழுத்தர்கள் தேசத்தின் மரத்தாலான ஆயுதம். அதனால் இது வீசுவாருடைய சிலையும் அல்ல. சிலையின் வாய் மூடி மௌனம் காப்பதை வைத்து இது பேசுவாருடைய சிலையும் அல்ல என்பதை நிரூபிக்க முடியும். இந்த சிலை ஏமான் தேசத்தின் மூன்று சாதிகளையும் சேர்ந்தது இல்லையென்பதால் — அது எங்கள் கேட்பார் தலைவரின் சிலைதான் என்பதை நிறுவுகிறோம்."

ஏமான் தேச மக்கள் ஏற்கனவே பல்வேறு திட்டங்களுக்குப் பயந்து மலைகளின் மீதும், தங்கள் வீட்டு மாடிகளின் மீதும் ஏறி ஒளிந்து கொண்டிருந்தார்கள். தெருவில் நடக்கும் போது யாரும் பல் துலக்க பிரஷ்ஷோடு வந்து பிடித்துக் கொள்வார்களோ என்ற பயமும், குசு ஒழிப்புத் திட்டத்தின் கீழ் தன் பின்புறத்தில் ஏதேனும் ஆபரேஷன் செய்து விடுவார்களோ என்ற அச்சமும் மக்களிடம் பரவி இருந்தது. ஆனாலும், சிலையைப் பார்க்கிற ஆர்வத்தில் மக்கள் கூட்டம் கூட்டமாகக் குவிந்து விட்டார்கள்.

ஊடகங்கள் ஒவ்வொரு சாதித் தலைவரின் பேட்டியையும், அது பற்றிக் கருத்துச் சொல்ல விரும்பும் நபர்களின் சைகைகளையும் தொடர்ந்து ஒளிபரப்பிக் கொண்டே இருந்தன. அவரா? இவரா? என்ற கேள்வியை முன்வைத்து ஜி விருது பெற்றவர்களின் டாக் ஷோக்கள் சவுண்ட் சிட்டிகளில் நடத்தப்பட்டன.

உலக நாடுகளின் வற்புறுத்தலின் காரணமாக மிஸ்டர் டீ சிலை யாருடையது என்று அறிவிக்க வேண்டிய கட்டாயம் ஏற்பட்டது. மிஸ்டர் டீ ஏமான் தேசத்தின் புதிய நிதித் தேவைகளுக்காக புதிதாக உருவான நாடுகளுக்குச் சென்று கடன் கேட்கப் போவதாக சுற்றுப் பயணம் கிளம்பி விட்டார். ஏதாவது ஒரு விமான நிலையத்தில் பத்திரிக்கையாளர்களைச் சந்திக்க வேண்டி வந்துவிட்டால் ஒரு மணி நேரம் ஏமான் தேச வரலாறு பற்றி உரையாற்றி விட்டு, சைலன்ஸ் கோட்டை

அணிந்து கொள்வார்.

ஏமான் தேசத்தையும், தன்னுடைய ஆட்சியையும் உலகம் முழுக்க விளம்பரப்படுத்துவதற்காக இணையதளக் குழுக்களை சென்ற முறை அமைத்திருந்ததன் மூலம் சைலன்ஸ் கோட்டும் உலகப் புகழ் பெற்றதாக மாறியது.

சிலை பிரச்சினை முடிந்தால்தான் நாடு திரும்புவார் மிஸ்டர் டீ என்பது எனக்குப் புரிந்தது. இந்த சிலை யாருடையதாக இருக்கும் என்ற தேடல் எனக்கு நிமிடத்திற்கு நிமிடம் அதிகரித்தது. நான் தமிழாசிரியரை தேடிக் கண்டுபிடிப்பது என்று முடிவு செய்தேன். சவுண்ட் சிட்டி எண் பத்தின் அருகில்தான் குடியிருப்பதாக கடைசியாக சந்தித்த போது சொல்லியிருந்தார் தமிழாசிரியர்.

சவுண்ட் சிட்டியை ஒட்டிய அத்தனை குடியிருப்புகளிலும் போய்த் தேடத் துவங்கினேன். குடியிருப்பவர்களின் பெயர்ப்பட்டியலில் தமிழ்ப் பெயரோ, அல்லது பெயரற்ற வேறு அடையாளமோ கிடைக்குமா என்று தேடினேன். மூன்று நாள் கழித்து ஒரு மாலை நேரத்தில் அவருடைய ஜோல்னா பை காய்ந்து கொண்டிருந்த அடுக்குமாடிக் குடியிருப்பின் மேல்தளம் கண்களில் சிக்கியது. இந்தக் குடியிருப்பில்தான் தமிழாசிரியர் இருக்க வேண்டும்.

பெயர்ப்பலகையில் ஒற்றை எழுத்துப் பெயர்களே அதிகம் இருந்தன. தமிழ்ப் பெயரோ அல்லது வித்தியாசமான பெயரோ கண்ணில்படவில்லை. ஜோல்னாப் பை தொங்கிய மேல் தளத்திற்குச் சென்று பார்க்க முடிவு செய்தேன். லிப்டின் வழியாக சென்றடைந்தேன். ஒரு பெரிய இரும்புப் பெட்டி வீடு போன்ற தோற்றத்துடன் இருந்தது. அதில் யாரும் இருப்பதாகத் தெரியவில்லை.

நெருங்கிச் சென்று கதவைப் பார்த்தேன். அது தாழிடப் படாமல் வெறுமனே சாத்தப்பட்டிருந்தது. லேசாகத் தொட்டதும் கதவு திறந்து கொண்டது. தமிழாசிரியர் இல்லாத நேரத்தில் அறைக்குள் செல்வது உறுத்தலாக இருந்தாலும் அவரைப் பற்றி தெரிந்து கொள்ளும் ஆர்வமும், சிலையைப் பற்றிய தேடலும் முக்கியமாகப்பட்டது.

அறை முழுக்க நூல்கள். நூல்கள். நூல்கள். சமையலறை, படுக்கையறை, வரவேற்புக் கூடம் என்று எங்கு பார்த்தாலும்

நூல்கள். இதில் எதைப் பார்ப்பது? எப்படித் தெரிந்து கொள்வது? குழப்பமாக இருந்தது. சரி, இன்னொரு முறை வந்து பார்க்கலாம். சவுண்ட் சிட்டிகளில் தேடி முதலில் அவரைக் கண்டுபிடிப்போம் என்று அறையை விட்டு நகர்ந்தேன்.

15
முடிவின் ஆரம்பம்

தரையில் தூசி படிந்து கிடந்த ஒரு புத்தகம் என் காலில் இடறியது. அதை எடுத்துத் துடைத்தேன். பல ஆண்டுத் தூசியும், அழுக்கும் புத்தகத்தின் அட்டையை கறுப்பாக்கியிருந்தன. மறுபடி மறுபடி அழுத்தித் துடைக்க ஆரம்பித்தேன். அட்டைப் படத்தில் வயதான நபர் ஒருவருடைய தலை தெரிய ஆரம்பித்தது. ஏமான் தேசத்தின் திடீர் சிலை போன்றே முடியில்லாமல் இருந்த வழுக்கைத்தலை என் ஆர்வத்தை அதிகரித்தது.

இன்னும் வேகமாகத் துடைக்க ஆரம்பித்தேன். மங்கலாக ஒரு முகம் தெரிய ஆரம்பித்தது. அச்சு அசலாக சிலையின் உருவம் என் கண் முன்னே நிழலாடத் துவங்கியது. அட்டையின் கீழ்ப்பகுதியில் மங்கலாக இருந்த எழுத்துக்கள் தெரிய ஆரம்பித்தன. "சத்திய சோதனை".

முகத்தை முழுமையாக தரிசிக்கும் வேகத்தில் அதன் மீது படிந்திருந்த அழுக்குகளை இன்னும் வேகமாக துடைத்தெடுக்க ஆரம்பித்தேன். ஒரு நூற்றாண்டின் அழுக்கு. பல நூறு கோடிப்பேரின் மௌனக் கழிவுகள் மெதுவாக அழியத் துவங்கின.

நூலின் முகப்புப் பக்கத்தில் கையெழுத்தில் எழுதப் பட்டிருந்தது.

"வருக புதிய தமிழாசிரியரே, வணக்கம்".

❖❖❖